AF658659

സുദർശന

sudarshana

•

dr. suvarna nalappat

•

first edition
october 2013

•

typesetting
star communications, thiruvananthapuram

•

published
chintha publishers, thiruvananthapuram

•

printed
buenavista, edayar

•

cover
midas

വിതരണം

ദേശാഭിമാനി ബുക്ക് ഹൗസ്

H O തിരുവനന്തപുരം–695 035
phone: 0471-2303026, 6063026
www.chinthapublishers.com
chinthapublishers@gmail.com

ബ്രാഞ്ചുകൾ

ഹെഡ്ഡാഫീസ് ബ്രാഞ്ച് കുന്നുകുഴി • ഓവർബ്രിഡ്ജ് തിരുവനന്തപുരം • സ്റ്റാച്യു തിരുവനന്തപുരം • കെ എസ് ആർ ടി സി ബസ് സ്റ്റേഷൻ ആലപ്പുഴ • കെ എസ് ആർ ടി സി ബസ് സ്റ്റേഷൻ എറണാകുളം • മച്ചിങ്ങൽ ലെയ്ൻ തൃശൂർ • ഐ ജി റോഡ് കോഴിക്കോട് • മാവൂർ റോഡ് കോഴിക്കോട് • എൻ ജി ഒ യൂണിയൻ ബിൽഡിങ് കണ്ണൂർ • സെൻട്രൽ ബസ് ടെർമിനൽ കോംപ്ലക്സ് താവക്കര കണ്ണൂർ

CO - 1966 / 3325

സുദർശന

(ഭാരതീയ ഗണിതശാസ്ത്രപുസ്തകം)

ഡോ. സുവർണ്ണ നാലപ്പാട്ട്

ചിന്ത പബ്ലിഷേഴ്സ്
തിരുവനന്തപുരം-695 035
വില : ₹ 75

ഡോ. സുവർണ്ണ നാലപ്പാട്ട്

ഡോ. സുവർണ്ണ നാലപ്പാട്ട് ട്രസ്റ്റ് ഫോർ എജ്യൂക്കേഷൻ റിസേർച്ചിന്റെ സ്ഥാപകപ്രസിഡന്റ്. പുന്നയൂർക്കുളത്ത് നാലപ്പാട്ടു വീട്ടിൽ 1946 മെയ് 6–ാം തീയതി നാലപ്പാട്ട് അമ്മിണിയമ്മയുടെയും കെ ജി കരുണാകരമേനോന്റെയും മകളായി ജനിച്ചു.

ബിരുദങ്ങൾ: ബി എസ്‌സി (ജീവശാസ്ത്രം), എം ബി ബി എസ്; എം ഡി (പത്തോളജി)

23 കൃതികൾ പുസ്തകരൂപത്തിലും 72 എണ്ണം ഓൺ ലൈനായും പ്രസിദ്ധീകരിച്ചു. *പത്മസിന്ധു, പാഥേയം, സുധാസിന്ധു, ബ്രഹ്മസിന്ധു, നാദലയസിന്ധു, ഇന്ത്യയെ കണ്ടെത്തൽ - വരാഹമിഹിരന്റെ പഞ്ചസിദ്ധാന്തികയിലൂടെ, നാലപ്പാടന്റെ ചക്രവാളച്ചെമ്പുരുളി, സാന്ദ്രാനന്ദം, മുദ്ര സൗവർണം* മുതലായവ പ്രധാന കൃതികളാണ്. *പ്രസ്ഥാനത്രയത്തിന്* ഭാഷ്യമെഴുതിയ ആദ്യത്തെ വനിതയാണ്.

Website : http://drsuvarnanalapattrust.org
www.nalapat.com
Phone : 9895006074

ഉള്ളടക്കം

സമർപ്പണം

'സുദർശന' എന്ന പേരിൽ ഒരു ചെറിയ ഗണിതഗ്രന്ഥം എഴുതുന്നു.

ഉദ്ദേശ്യം

1. കുട്ടികൾക്കും മുതിർന്നവർക്കും ഗണിതം സുഗമമാക്കാൻ,
2. അതിൽ താൽപ്പര്യം ജനിപ്പിക്കാൻ,
3. ഇന്ത്യയുടെ ഗണിത സാംസ്കാരിക പൈതൃകത്തെ ഓർമിപ്പിക്കാൻ,
4. ആധുനിക ഗണിതരീതിയുമായി പൗരാണിക ഗണിതരീതിയെ താരതമ്യപ്പെടുത്താൻ,
5. എല്ലാറ്റിനുമുപരി അവനവനിൽ നിർലീനമായി കിടക്കുന്ന അമേയവും അമൂല്യവുമായ അന്വേഷണത്വരയെ ഉണർത്താൻ.

ഹരിതാഭമായ ഭൂമി 'ഹരിപ്രിയ'യാണ്. 'ഹരിജ'മാണ് ചക്രവാളം. (Ref: വരാഹമിഹിരന്റെ *പഞ്ചസിദ്ധാന്തിക*) 'ചക്രവലന'മെന്ന 'ജിയോഡെസിക്ക്' പ്രതിഭാസം!!

ഹരിയുടെ ദിവ്യസുദർശനചക്രത്തിന്റെ കണ്ണഞ്ചിക്കുന്ന പ്രഭയും ഹരിതക്രിയയും അതിന്റെ സൗന്ദര്യവും ഗാംഭീര്യവും ഗണിതത്തിലുണ്ട്. ശംഖത്തിന്റെ നാദവും ലയവും മാധുര്യവും സൗവർണസ്വരവും സംഗീതത്തിലെന്നപോലെ!

ജ്യോതിസും നാദവും ചേർന്ന (ജ്യോതിഷം + സംഗീതം)ചക്രധാരിയും ശംഖധാരിയുമായ ഹരിക്ക് ഒരു 'ഹരിപ്രിയ'യുടെ ആത്മസമർപ്പണം.

ഡോ. സുവർണ നാലപ്പാട്ട്

അവതാരിക

ഡോക്ടർ സുവർണ നാലപ്പാട്ട് വൈദ്യശാസ്ത്രത്തിൽ മാത്രമല്ല മലയാള സാഹിത്യത്തിലും സംസ്കൃതത്തിലും ഇപ്പോൾ ഗണിതശാസ്ത്രത്തിലും അറിയപ്പെടുന്ന ഒരു മഹാപ്രതിഭയാണ്.

51 വർഷം അധ്യാപനരംഗത്ത് (ഗണിതശാസ്ത്രത്തിൽ) ഇപ്പോഴും സേവനം തുടരുന്ന ഞാൻ എന്റെ ഒരു പ്രിയശിഷ്യയാണ് സുവർണ നാലപ്പാട്ട് എന്ന് അഭിമാനംകൊള്ളുന്നു.

ഗണിതശാസ്ത്രത്തിൽ പ്രൈമറിതലം മുതൽ സെക്കന്ററിതലം വരെയുള്ള വിദ്യാർഥികൾക്കും അവരുടെ രക്ഷിതാക്കൾക്കും അധ്യാപകർക്കും ലളിതമായി മനസിലാക്കാവുന്ന *സുദർശന* എന്ന ഗണിതഗ്രന്ഥം പുറത്തിറക്കുന്നു. ഗണിതം വളരെ പ്രയാസമാണെന്ന് തോന്നുന്നവർക്ക് ഈ ഗണിതഗ്രന്ഥം വളരെയധികം പ്രയോജനപ്പെടും.

ആഴത്തിലുള്ള പഠനത്തിന് യാന്ത്രികമായ ആവർത്തനമോ കണ്ണടച്ചുകൊണ്ടുള്ള ക്രമീകൃത പ്രവർത്തനങ്ങളോ മതിയാവില്ല. പ്രശ്നത്തെക്കുറിച്ച് ആഴത്തിലുള്ള ധാരണയും ഉൾക്കാഴ്ചയുമാണ് വേണ്ടത്. ഉൾക്കാഴ്ചയിലൂടെയുള്ള പഠനം സമയവും ഊർജവും ലാഭിക്കുവാൻ സഹായിക്കും.

നിരീക്ഷണശേഷിയും ചിന്താശേഷിയും പ്രയോഗിക്കുവാനുള്ള അവസരം പഠിതാക്കൾക്ക് നൽകണം. പഠിതാക്കളെ അറിവുകൾ കണ്ടെത്താൻ ശ്രമിക്കുന്ന അന്വേഷകരുടെ സ്ഥാനത്ത് പ്രതിഷ്ഠിക്കണം. അപഗ്രഥനം, പ്രശ്നനിർധാരണം തുടങ്ങിയ ഉയർന്ന ശാസ്ത്രീയപ്രക്രിയകൾ പ്രയോജനപ്പെടുത്തി അവ സ്വയം കണ്ടെത്താൻ സഹായിക്കണം. ഈ മൂല്യങ്ങളെല്ലാം ഈ ഗണിതഗ്രന്ഥത്തിലുണ്ടെന്ന് പ്രത്യേകം പറഞ്ഞുകൊള്ളട്ടെ.

മലയാള ഭാഷയെ സ്നേഹിക്കുകയും പരിചരിക്കുകയും ചെയ്യുന്ന കലാ സാംസ്കാരിക സാഹിത്യ വൈദ്യശാസ്ത്രമണ്ഡലങ്ങളിൽ പരക്കെ അറിയപ്പെടുന്ന ഒരു പ്രാസംഗിക കൂടിയാണ് സുവർണ നാലപ്പാട്ട്. ഇവരുടെ *സുദർശന* എന്ന ഗണിതഗ്രന്ഥം വിദ്യാർഥിസമൂഹത്തിനും രക്ഷിതാക്കൾക്കും അധ്യാപകർക്കും സഹൃദയലോകത്തിനും സസന്തോഷം അവതരിപ്പിക്കുന്നു.

കെ പത്മനാഭൻ മാസ്റ്റർ

പുന്നയൂർക്കുളം — റിട്ടയേർഡ് ഹൈസ്കൂൾ അധ്യാപകൻ

1

ഗണിതം

1. *ആദ്യമായി മനസിലാക്കേണ്ടത്, ഗണിതം പഠിക്കാൻ ഗണനം ചെയ്യു കതന്നെ വേണം.*
2. *സമയം എങ്ങനെ മാനേജ് ചെയ്യണം?*

   ഒരു മണിക്കൂർ ഗണിതം പഠിക്കാൻ കിട്ടിയാൽ അതിനെ ഇങ്ങനെ വിഭജിക്കുക:

15 മിനിറ്റ്	(പഠനം)
5 മിനിറ്റ്	(ബ്രേക്ക്)
15 മിനിറ്റ്	(പഠനം)
5 മിനിറ്റ്	(ബ്രേക്ക്)
15 മിനിറ്റ്	(പഠനം)
5 മിനിറ്റ്	(ബ്രേക്ക്)

   ആകെ ലഭിച്ചത് 45 മിനിറ്റ്. ആകെ ബ്രേക്ക് 15 മിനിറ്റ്. ഈ ബ്രേക്ക് മുഴുവൻ ഒന്നിച്ചെടുക്കാമെന്ന് വിചാരിക്കരുത്. സൈക്കോളജിയിൽ Law of Primacy and Recency എന്ന നിയമം വെച്ചാണ് മേൽപ്പ റഞ്ഞ വിഭജനം. കൂടുതൽ നന്നായി പഠിക്കാനും ഗ്രഹിക്കാനും ഇതാണ് സഹായകരം.
3. *എന്താണ് പഠിക്കാൻ പോകുന്നത്, ചെയ്യാൻ പോകുന്നത് എന്ന തിന്റെ ഒരു ബൃഹത്തായ മാനസചിത്രം ആദ്യം മനസിൽക്കാണുക.*
4. *പഠനം പുരോഗമിക്കുമ്പോൾ ഓരോ സെഷൻ കഴിയുമ്പോഴും നാം ചെയ്തത് (പഠിച്ചത്) ഒന്ന് റിവ്യൂ ചെയ്യുക. ഇതിനുള്ള റിവ്യൂ നിയമം:*

   10 മിനിട്ടിനുശേഷം

ഒരു ദിവസത്തിനുശേഷം
3 ദിവസത്തിനു ശേഷം

ഒരാഴ്ചയ്ക്കു ശേഷം
മൂന്നാഴ്ചയ്ക്കു ശേഷം

ഒരു മാസത്തിനു ശേഷം
മൂന്നു മാസത്തിനു ശേഷം

ഒരുവർഷത്തിനു ശേഷം
3 വർഷത്തിനു ശേഷം

ആദ്യം മാനസചിത്രം ഉണ്ടാക്കുമ്പോൾ തന്നെ നിങ്ങളുടെ ഡയറിയിൽ ഈ ഡേറ്റ്പ്ലാൻ രേഖപ്പെടുത്തുക.

ഓരോ പ്രാവശ്യം റിവ്യൂചെയ്യുമ്പോഴും നിങ്ങളുടെ വിരൽ ആ മാനസചിത്രത്തിന്റെ അതാതു ഭാഗം സ്പർശിച്ച് ഓരോ ഭാഗവും ഉറക്കെ വായിച്ചു നോക്കുക (തലച്ചോറിലേക്ക് Multiple sensory inputs കൊടുത്ത് നമ്മുടെ പഠനത്തെ ത്വരിതപ്പെടുത്താനാണിത്).

5. *എങ്ങനെയാണ് Mind mapping പഠിക്കുക?*

ടോണി ബുസ്സൻ എന്ന ബ്രിട്ടീഷ് സൈക്കോളജിസ്റ്റ് ഉണ്ടാക്കിയ Information Retrievel system ആണിത്. ഇന്ത്യയിൽ പണ്ട് മനക്കണക്കു ചെയ്യാൻ ഇതാണ് ഉപയോഗിച്ചിരുന്നത്. നമ്മൾ വിചാരിക്കുന്നതിലധികം കാര്യങ്ങൾ ഇതുകൊണ്ട് നമുക്ക് സ്മൃതിയിൽ സൂക്ഷിക്കാം.

പഠിച്ചതെല്ലാം Review ചെയ്യുമ്പോൾ നമ്മുടെ മനസിൽ തെളിഞ്ഞു വരുന്ന സ്മൃതിചിത്രങ്ങൾ (ഓർമക്കുറിപ്പുകൾ) അതേപടി ഒരു ഡയറിയിൽ (തീയതി സഹിതം) കുറിച്ചിടുക.

10 മിനിറ്റുമുതൽ 3 വർഷം വരെയുള്ള review കൊണ്ട് ആ പ്രത്യേക വിഷയത്തിൽ നമ്മൾ expert ആയിക്കഴിഞ്ഞിരിക്കും.

അഭ്യാസംകൊണ്ട് പരിചയം, പരിചയം കൊണ്ട് ഓർമ, ജ്ഞാനം എന്ന രീതിയാണിത്. വിദ്യാഭ്യാസം (വിദ്യ അഭ്യസിക്കുക) എന്ന വാക്കുകൊണ്ട് ഇതാണ് ഉദ്ദേശിക്കുന്നത്.

നിരന്തരമായ അഭ്യാസം (Practice) കൊണ്ട് പരിചയം (experience), അതിൽനിന്നും സ്മൃതി (memory) യും അറിവും (Cognition + knowledge) എന്നതാണ് ചുരുക്കം.

6. *ഏതൊരാളും ഒരേ വിഷയത്തിൽ 3000 മണിക്കൂർ പഠനം നടത്തിയാൽ ആ വിഷയത്തിൽ അറിവു നേടും (Competence). ഏതൊരാളും ഒരേ വിഷയത്തിൽ 10000 മണിക്കൂർ പഠനം നടത്തിയാൽ ആ വിഷയത്തിൽ Expert ആവും. അത് നമുക്കെല്ലാവർക്കും ബാധ*

കമാണ്. അതിനാൽ ആത്മവിശ്വാസത്തോടെ പഠിക്കുക.

എനിക്ക് ഇപ്പോൾ 64 വയസായി. അതായത്, ഞാൻ ആകെ ജീവിച്ചത് 365 × 24 × 64 = 560640 മണിക്കൂറുകളാണ്. ഇതിൽ ആദ്യത്തെ 5 വർഷം ഒന്നും പഠിച്ചിട്ടില്ല എന്നു വിചാരിക്കുക (വിചാരമാണ്! അക്കാലത്തും കുഞ്ഞുങ്ങൾ ഭാഷ, സംഗീതം, ഗണിതം ഇതൊക്കെ പഠിക്കുന്നുണ്ട്!).

അതായത്, 560640–43800 = 516840 മണിക്കൂർ

ഉറക്കം, പഠിക്കാനല്ലാതെ മറ്റാവശ്യങ്ങൾക്കെടുത്ത സമയം എന്നിവയ്ക്ക് ശരാശരി 12 മണിക്കൂർ ഒരു ദിവസത്തിൽ കൊടുത്താൽ 516840 ന്റെ പകുതിയായ 258420 മണിക്കൂർ മാത്രമേ 64 കൊല്ലത്തിൽ എനിക്കു പഠിക്കാൻ കിട്ടിയിട്ടുള്ളൂ എന്നു വിചാരിക്കാം.

100000 മണിക്കൂറുകൊണ്ട് ഒരു വർഷത്തിൽ expert ആകാമെന്ന കണക്കനുസരിച്ച് (Graham Lawler)

$\frac{258420}{10000}$ = 25.8420 ചുരുങ്ങിയത് 25 വിഷയങ്ങളിലെങ്കിലും expertise നേടാൻ എനിക്കു കഴിഞ്ഞിരിക്കണം. അധ്യയനം, അധ്യാപനം എന്ന രണ്ടേരണ്ടു കാര്യങ്ങളിൽ മാത്രം വ്യാപരിച്ചിരുന്ന ഇന്ത്യയിലെ ഋഷിമാർ/ബ്രാഹ്മണർ എങ്ങനെയാണ് അനേകം വിഷയങ്ങളിൽ സർവജ്ഞത നേടിയതെന്ന് ഇതിൽനിന്ന് മനസിലാക്കണം.

10000 മണിക്കൂറെന്നാൽ 1 വർഷം 1 മാസം 21 ദിവസം 16 മണിക്കൂറാണ്. ഇതിൽ കുറേസമയം പഠിക്കാനല്ലാത്ത ദൈനംദിന കാര്യങ്ങൾക്കും മറ്റുമായി പോകും. അതുകൊണ്ടാണ് 3 വർഷംകൊണ്ട് ഒരുവിഷയത്തിൽ Expert ആകാമെന്ന് റിവ്യൂവിനെക്കുറിച്ച് പറഞ്ഞപ്പോൾ Lawler പറഞ്ഞത്, 5 വയസിൽ പഠിക്കാൻ തുടങ്ങിയ ഒരു കുട്ടിക്ക് 60 വയസിൽ 60/3 = 20 വിഷയം കൈകാര്യം ചെയ്യാമെന്നത് ഒരു ശരാശരി (approximate)നിഗമനമാണ്. ശരിക്ക് 25 വിഷയം സാധിക്കും എന്നർഥം. സാംഖ്യന്മാർ ഈ തത്വങ്ങളെ (വിഷയം –subjects)എല്ലാം പഠിക്കുന്നു. 3000 മണിക്കൂർ 125 ദിവസമാണ്. അതായത് 250 ദിവസംകൊണ്ട് ഒരു വിഷയത്തിൽ competency നേടാം (ഒരു വർഷത്തിൽ താഴെ ദിവസം). 3 വർഷം ആ വിഷയം നിരന്തരം review ചെയ്താൽ അതിൽ expert ആവാം. ഇങ്ങനെ എത്ര വിഷയവും പഠിക്കാം. ചിത്തവൃത്തി നിരോധം, ഏകാഗ്രത, അഭ്യാസത്തിനുള്ള ക്ഷമ, മനനശീലം എന്നിവ ഉണ്ടാക്കിയെടുക്കണം (ഇതു തന്നെയാണ് യോഗം).

ആൾജിബ്ര

21–ാം നൂറ്റാണ്ടിൽ ഒരാൾക്ക് ജീവിതവിജയം നേടാൻ മനനം കൊണ്ടും ചിന്തകൊണ്ടും ഉന്നതമായ ഒരു മനസ്സ് കൂടിയേ തീരൂ. അനലി

റ്റിക്കൽ ചിന്ത ഉണ്ടെങ്കിലേ..

1. ദൈനംദിന പ്രശ്നങ്ങൾ പരിഹരിക്കാനാവൂ.
2. പ്രശ്നപരിഹാരത്തെ സാമാന്യരൂപത്തിൽ എഴുതാനാവൂ.
3. അങ്ങനെ മറ്റുള്ളവരുമായി ആശയങ്ങൾ പങ്കിടാനാവൂ.

ഇങ്ങനെയുള്ള അനലിറ്റിക്കൽ ചിന്ത നമ്മുടെ ഉള്ളിൽ ഉണ്ടാക്കുകയും വളർത്തുകയും ചെയ്യുന്നതിനാണ് സഹസ്രാബ്ദങ്ങൾക്കുമുമ്പ് പൂർവികർ ആൾജിബ്ര കണ്ടുപിടിച്ചത്. സിന്ധുനദീതട കാലം മുതൽ ഇന്ത്യ പുറംരാജ്യങ്ങളുമായി വാണിജ്യവ്യാപാരങ്ങൾ നടത്തിയിരുന്നു. അതിനുള്ള spread sheets, സമവാക്യങ്ങൾ എന്നിവ വ്യാപാരികൾക്ക് ഉണ്ടായിരുന്നു.

ഇന്നും നമ്മൾ അത് ഉപയോഗിക്കുന്നുണ്ട്

എന്താണ് ഒരു spread sheets? താഴെ കാണുക

നമ്പർ	*വസ്തു*	*എണ്ണം*	*വില*	*ആകെ*
1	വള	3	1 രൂപ	3 രൂപ
2	മാല	3	2 രൂപ	6 രൂപ
3	കൺമഷി	1	0.50 രൂപ	0.50 രൂപ
4	ബലൂൺ	2	0.50 രൂപ	1.00 രൂപ
	ആകെ 4	9		10.50

ഒരു പൂരപ്പറമ്പിൽ വള, മാല വിൽക്കുന്ന കച്ചവടക്കാരൻ മുതൽ ഏറ്റവും ധനികനായ വ്യാപാരി വരെ ഇത് ഉപയോഗിക്കുന്നു. ഓരോ വീട്ടമ്മയും ഈ കണക്ക് ഉപയോഗിക്കുന്നു.

ദൈനംദിനജീവിതം, തൊഴിലിൽ വിജയം, ആയവ്യയക്കണക്കറിഞ്ഞ് ജീവിതം നിയന്ത്രിക്കൽ ഇതിനൊക്കെ ആൾജിബ്ര നമ്മെ സഹായിക്കുന്നു.

ഈ spread sheets ന് ഒരു സമവാക്യം (formula) ഉണ്ടാക്കുന്നതാണ് ആൾജിബ്ര.

ഇന്ത്യയുടെ വ്യാപാരബന്ധങ്ങൾ പേർസ്യ വഴിയായിരുന്നു. അതിനാൽ ഈ ഗണിതം ബാഗ്ദാദിൽ യൂണിവേഴ്സിറ്റി സ്ഥാപിച്ചപ്പോൾ അവിടെ അധ്യാപകനായിത്തീർന്ന ഒരാൾ (കൊറെസം എന്ന സ്ഥലത്തു നിന്ന് ബാഗ്ദാദിലേക്കു വന്ന ആൾ എന്നർഥത്തിൽ അൽകൊറെസ്മി) കുട്ടികളെ പഠിപ്പിക്കാനായി ഗ്രന്ഥരൂപത്തിലാക്കി. പാശ്ചാത്യർക്ക് ആ ഗ്രന്ഥത്തിൽ നിന്ന് ഗണിതജ്ഞാനം കിട്ടി. അങ്ങനെയാണ് അദ്ദേഹ

ത്തിന്റെ നാമത്തിന്റെ തത്ഭാവമായ ആൾജിബ്ര എന്ന നാമം ഈ ഗണിതഭാഗത്തിന് പാശ്ചാത്യർ കൊടുക്കാൻ ഇടയായത്.

ആൾജിബ്രയുടെ സാമാന്യ നിയമങ്ങൾ

ഒരു തുടക്കസംഖ്യ ഒരു ഒടുക്ക സംഖ്യ.

തുടക്കസംഖ്യയിൽ നിന്ന് ഒടുക്കസംഖ്യ കിട്ടുന്ന ഒരു സമവാക്യം നിർമിക്കണം.

തുടക്കസംഖ്യയെ 2 കൊണ്ട് ഗുണിച്ച്, 3 കൂട്ടിയാൽ ഒടുക്കസംഖ്യ. ഇതിൽ തുടക്കസംഖ്യയ്ക്ക് x എന്നും ഒടുക്കസംഖ്യയ്ക്ക് y എന്നും പേരിട്ടാൽ

$$(X \times 2) + 3 = y$$

ഉദാ:

X	1	2	3	4	5	6	7....
Y	5	7	9	11	13	15	17...

X 1 എങ്കിൽ Y 5

കാരണം $(1 \times 2) + 3 = 5$

Exercise : കുട്ടികൾ ഇങ്ങനെ ഏതുസംഖ്യവെച്ചും കണക്കുകൂട്ടി അഭ്യസിക്കുക.

എന്തിനാണ് ഈ സമവാക്യം? എത്ര വലിയ സംഖ്യയുടെയും ഒടുക്കത്തെ സംഖ്യ ഇതുവെച്ച് കാണാമെന്നതിനാൽ സമവാക്യവും ചെയ്യേണ്ടവിധവും പഠിച്ചാൽ, ഗണിതം (പ്രശ്ന പരിഹാരം) എളുപ്പമായി.

X = 125 എങ്കിൽ

$(125 \times 2) + 3 = 253$ ആണ് y

എന്ന് ക്ഷണത്തിൽ എഴുതാം.

ആൾജിബ്ര നിത്യജീവിതത്തിലെ ഇത്തരം patterns, sequences എന്നിവയെ മനസിലാക്കാനും ക്ഷണത്തിൽ പരിഹരിക്കാനും സഹായിക്കുന്നു. ഈ പാറ്റേൺ/സ്വീക്വൻസ് അറിഞ്ഞാൽ വരാൻ പോകുന്നതിനെ പ്രവചിക്കാം.

ഇക്കണോമിക്സ്/ബിസിനസ്/ഷെയർ മാർക്കറ്റിൽ ഇന്ന് ഇത് ഉപയോഗിക്കുന്നു.

പണ്ടുകാലത്തെ ഗണിതവും വ്യാപാരസംബന്ധമായും പ്രകൃതിക്ഷോഭം മുതലായവ കൊണ്ടും മറ്റും ഉണ്ടാകാവുന്ന മാറ്റങ്ങൾ പ്രവചിക്കാനും കഴിയുമെങ്കിൽ തടുക്കാനും പരിഹരിക്കാനും ഉപയോഗിച്ചിരു

ന്നു. ഇന്ത്യയിൽ ഇതിനെ പിൽക്കാലത്ത് astrology എന്ന് യൂറോപ്യർ വിളിക്കാൻ തുടങ്ങി. ആൽജിബ്രയുടെ ഏറ്റവും exciting ഭാഗം അതിന്റെ പ്രവചന ശക്തിയാണ്.

കണക്കിൽ ആദ്യമാദ്യം തെറ്റുവരും. അത് സാരമില്ല. തെറ്റിയാലും വീണ്ടും വീണ്ടും ശ്രമിക്കുക എന്നതാണ് ഗണിത വിദ്യാർഥികൾ ഓർക്കേണ്ടത്.

"It is an essential part of the journey to make errors and to learn from them." ഒരിക്കൽ വീണു എന്നുവച്ച് കുട്ടിയോട് അച്ഛനമ്മമാർ ഇനി നീ നടക്കേണ്ട എന്നുപറയില്ല; ഇനി നീ നടന്നാൽ ശരിയാവില്ല എന്ന് നിരുത്സാഹപ്പെടുത്തില്ല; ചീത്ത പറയുകയുമില്ല. ഗണിതം പഠിക്കുന്ന കുട്ടികളോട് അച്ഛനമ്മമാർ ഇതേ സമീപനമേ എടുക്കാവൂ. അവർക്ക് യാത്രയിൽ തുണയായി നിൽക്കുക! ആത്മവിശ്വാസം കെടുത്തരുത്. കഠിന ശിക്ഷ കൊടുത്ത് ഗണിതത്തിൽ ഉള്ള താൽപ്പര്യം കളഞ്ഞു കുളിയ്ക്കുകയും അരുത്.

2. ആൾജിബ്രയുടെ സമവാക്യങ്ങൾ ജ്യാമിതിയുടെ സമവാക്യങ്ങളാണ്. ഒരു ദേശം അഥവാ ക്ഷേത്രത്തിന്റെ ക്ഷേത്രഫലം (area) കാണാൻ നാം ഇതുപയോഗിക്കുന്നു. ഒരു ചെറിയ കളിസ്ഥലം, വീട്, ഒരു രാഷ്ട്രം ഭൂമി, ഈ പ്രപഞ്ചം മുഴുവൻ. ഇവയ്ക്കെല്ലാം ഒരേ നിയമം തന്നെയാണ്. അതിനാൽ പ്രപഞ്ചം മുഴുവൻ അളക്കാൻ ഇതേ മുഴക്കോലുമതി ഇന്ത്യയിലെ ജ്യോതിശാസ്ത്രജ്ഞന്.

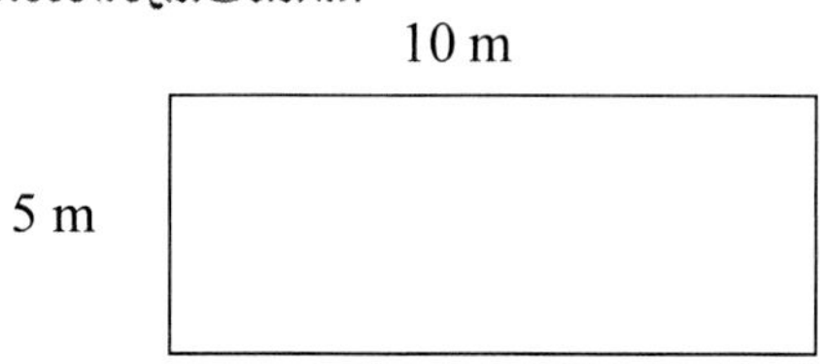

ഇതൊരു കളിസ്ഥലം. ദീർഘചതുരാകൃതി. 10 മി. നീളം 5 മീ വീതി. നീളവും വീതിയും തമ്മിലുള്ള ബന്ധം അളക്കുന്ന സമവാക്യം:

$= 10 \times 5 \quad = \quad 50\ m^2$

നീളം × വീതി $= x\ m^2$

Exercise : ഈ സമവാക്യം വെച്ച് ഏതാനും കണക്കുകൾ കുട്ടികളെ കൊണ്ട് ചെയ്യിക്കുക.

2

ഭയം

മിക്കപ്പോഴും കുട്ടികൾക്കും രക്ഷിതാക്കൾക്കും ആൾജിബ്രയെ പേടിയാണ്. ഇത് വളരെ ബുദ്ധിമുട്ടാണ് എന്ന വിചാരംകൊണ്ടാണത്.

അക്കങ്ങൾക്കു പകരം അക്ഷരങ്ങൾ ഉപയോഗിച്ച് സമവാക്യം എഴുതുന്നതു കൊണ്ട് ഉണ്ടാവുന്ന ഒരു പേടിയാണത്. വാസ്തവത്തിൽ എളുപ്പത്തിൽ ഓർക്കാനാണ് സംഖ്യയ്ക്കു പകരം അക്ഷരം ഉപയോഗിക്കുന്നത്.

എങ്ങനെ ആൾജിബ്രയോടുള്ള പേടി മാറ്റാം എന്നതിന് ചില പ്രായോഗിക മാർഗങ്ങൾ

1. ഒരു ചെറിയ പുസ്തകത്തിൽ നിങ്ങളുടെ ഭയം, അതേത്തുടർന്നു വരുന്നവിചാരം എന്നിവ എഴുതി വെക്കുക. ഭയം നിങ്ങളെ കീഴ്പ്പെടുത്താതിരിക്കാൻ ഭയത്തെ നിങ്ങൾ കീഴ്പ്പെടുത്തണം. ഒരു സാഹചര്യവും വികാരവും നമ്മളെ കീഴ്പ്പെടുത്തരുത്. നമ്മൾ അവയെ കീഴ്പ്പെടുത്തണം. അതിനാണ് രഹസ്യമായ ഈ പ്രൈവറ്റ് ഡയറി എഴുത്ത്. നിങ്ങളുടെ മാത്രമായ വ്യക്തിപരമായ ലോകത്തിൽ നിങ്ങളുടെ ഭയങ്ങളെ നേരിടാനും ആത്മവിശ്വാസത്തോടെ കീഴടക്കാനും അത് സഹായിക്കും.
2. ഭയം അകത്തു നിന്നാണ് വരുന്നത്. പുറംലോകത്തെ സംഭവങ്ങളല്ല, ഈ സംഭവങ്ങളോട് നാം പ്രതികരിക്കുന്നവിധമാണ് ഭയം ജനിപ്പിക്കുന്നത്. ഒരുനിമിഷം ഇക്കാര്യം ഓർക്കുക.
3. എനിക്ക് എഴുതാനും വായിക്കാനും അറിയില്ല എന്നു പറയുന്നത് ലജ്ജയോടെയാണ്. അതേസമയം ഞാൻ കണക്കിൽ പിന്നോക്കമാണ് എന്നു പറയുന്നത് അഭിമാനത്തോടെയും. ഇത് Lawler–ടെ അഭിപ്രായത്തിൽ പാശ്ചാത്യ സമൂഹത്തിന്റെ ഒരു സ്വഭാവമാണ്.

ഇത് ഇപ്പോൾ ഇന്ത്യയിലും ഒരു ഫാഷനായിത്തീർന്നിട്ടുണ്ട്. രക്ഷിതാക്കളും അധ്യാപകരും ഇതു പറയാറുണ്ട്. കുട്ടിയ്ക്ക് കണക്ക് ബാലികേറാമലയാണെന്ന ഭയം ഉണ്ടാക്കുന്നത് ഇത്തരം വാക്കുകളാണ്.

ഫ്രഞ്ച്, സംസ്കൃതം, ഇംഗ്ലീഷ്, മലയാളം എന്നൊക്കെ ഭാഷയുടെ പല വിഭാഗങ്ങളുണ്ട്. അത്തരം ഒരു പ്രത്യേക ഭാഷ മാത്രമാണ് 'ആൾജിബ്ര' എന്നും അത് ആർക്കും പഠിക്കാമെന്നുമുള്ള ആത്മവിശ്വാസം മുതിർന്നവർ കൊടുക്കണം.

4. മനസുകൊണ്ട് നമ്മെ ഉയർത്തുന്ന ഒരു പോസിറ്റീവ് ആന്തരശബ്ദം നമ്മിലുണ്ട്. നമ്മുടെ മസ്തിഷ്കത്തിന് വ്യായാമം കൊടുക്കാൻ ഈ ആന്തരശബ്ദത്തെ ഉപയോഗപ്പെടുത്തണം. പ്രാണായാമം, ശ്രദ്ധ വളർത്തുന്ന യോഗം, ഞാൻ വിജയിക്കുമെന്ന വിശ്വാസം എന്നിവ കൊണ്ട് പേടി മാറ്റിയെടുക്കാം.

സംഗീതം കൊണ്ട് ഇത് സാധിക്കും. ഗണിതത്തിനുള്ള ഏറ്റവും നല്ല ഉപകരണം നമ്മുടെ മസ്തിഷ്കമാകയാൽ അതിനെ ശുദ്ധമാക്കി ആരോഗ്യമാക്കിവെയ്ക്കുന്നതിനാണ് ഇതെല്ലാം.

മനുഷ്യനെ കൃത്യമായും വ്യക്തമായും സിസ്റ്റമാറ്റിക് ആയും ചിന്തിക്കാൻ പഠിപ്പിക്കുന്നതാണ് ആൾജിബ്ര.

സമവാക്യം

ഒരു തുലാസ് അതിന്റെ രണ്ടുതട്ടും സമമാക്കണം. ഈ പ്രായോഗികമായ അളവും തൂക്കവും കട്ടിയും ഇന്ത്യയിൽ BC 3500-4000 (IVC/ഹാരപ്പ) മുതലേ ഉണ്ട്. രണ്ടുവശവും സമമാക്കുന്ന ഈ പ്രക്രിയയുടെ ഫോർമുലയാണ് സമവാക്യം. ഈ അടുത്തകാലത്തുണ്ടായ ഏറ്റവും സുന്ദരവും പ്രസിദ്ധവുമായ സമവാക്യമാണ്.

$E = mc^2$

ഈ ചെറിയ ഒരു സമവാക്യത്താൽ പ്രപഞ്ചത്തെ മുഴുവൻ വിശദീകരിക്കാമെന്നതാണ് ആൾജിബ്രയുടെ ശക്തി.

ആൾജിബ്രാരീതിയിൽ ചിന്തിക്കാൻ ഒരു പ്രത്യേക കഴിവ് ജീവിതത്തിലുടനീളം വളർത്തിയെടുക്കണം.

Exercise : നിങ്ങൾ വീട്ടിൽ ബുക്ക് ഷെൽഫുകൾ ഉണ്ടാക്കുന്നു. ഒരു ഷെൽഫുണ്ടാക്കാൻ 4 സ്ക്രൂ വേണമെങ്കിൽ ആകെ എത്ര സ്ക്രൂ വേണം? എത്ര ഷെൽഫുണ്ടോ അതിന്റെ 4 പ്രാവശ്യം. ഇതാണ് സാമാന്യമായ ചിന്താരീതിയ്ക്ക് ഉദാഹരണം.

Exercise : ഒരുവസ്തുവിന്റെ സഞ്ചാരവേഗത എങ്ങനെ കണ്ടുപിടിക്കും?

Exercise : ഒരു ബിന്ദുവിൽ നിന്ന് മറ്റൊന്നിലേക്കുള്ള ഏറ്റവും ചെറിയ ദൂരം (കർണം) എങ്ങനെ കണ്ടുപിടിക്കും.

ഈ പ്രശ്നങ്ങൾ സാധാരണ ഒരു വാഹനത്തിന്റെ വേഗത, സാധാ

രണ ഭൂമിയിലെ രണ്ടു സ്ഥലങ്ങൾ തമ്മിലുള്ള ദൂരം എന്നിവ കണ്ടുപിടിക്കാൻ മാത്രമല്ല, പ്രപഞ്ചത്തിലെ ഗ്രഹനക്ഷത്രാദികളുടെ ദൂരം, ഭ്രമണവേഗത എന്നിവ കണ്ടുപിടിക്കാനും ഉപയോഗിച്ചുപോന്നു, ഇന്ത്യാക്കാർ.

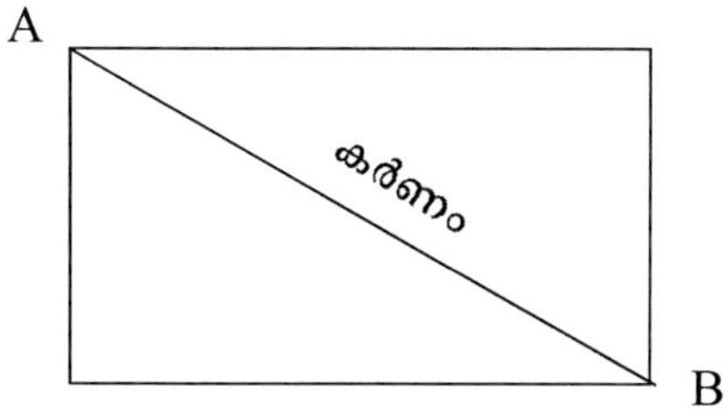

A B എന്നിവ തമ്മിലുള്ള ഏറ്റവും ചെറിയ ദൂരം കർണം.

കപ്പലിലെ കപ്പിത്താനെ 'കർണധാര'നെന്ന് പഴയരേഖകളിൽ വിളിക്കുന്നതിന് കാരണം ഇതാണ്.

സ്ക്വയർ സംഖ്യ, ക്യൂബ് സംഖ്യ, ത്രികോണ സംഖ്യ

സ്ക്വയർ അഥവാ ചതുരസംഖ്യ

ചതുഷ്കം എന്നത് സംസ്കൃതത്തിലും ചതുക്കം എന്നത് തമിഴിലും പറയുന്ന വാക്കാണ്.

ഇതിനെ ജാമിതീയ ശൈലിയിൽ എങ്ങനെ കാണിക്കാം.

ചതുഷ്കം

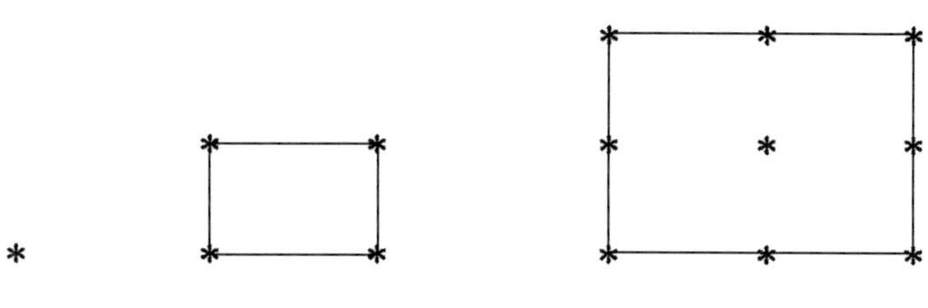

1 4 9

16

അടുത്ത ചതുഷ്ക സംഖ്യ 25, പിന്നത്തേത് 36, പിന്നെ 49, പിന്നെ 64, അടുത്തത് 81 പിന്നെ 100.

ഇതിനെത്തന്നെയാണ്

1×1	=	1
2×2	=	4
3×3	=	9
4×4	=	16
5×5	=	25

എന്ന് ഗുണകോഷ്ഠപ്പട്ടിക വഴി നാം കാണുന്നത്. ചതുഷ്കത്തിൽ ഇരുവശത്തേക്കും ഒരേ സംഖ്യ നക്ഷത്രങ്ങളാണ് എന്ന് ശ്രദ്ധിക്കുക.

Exercise : 15×15 വരെയുള്ള ചതുഷ്കങ്ങൾ വരയ്ക്കാനും അതിന്റെ ഗുണിതം എങ്ങനെ കിട്ടി എന്നു പറയാനും കുട്ടികളെ സഹായിക്കുക. 20×20; 25×25 മുതലായവയെ അറിയാനും ഓർക്കാനും അവർക്കു സാധിക്കണം.

$19 \times 19 = 361$ എന്ന ചതുഷ്ക സംഖ്യയാണ് കാലത്തിന്റെ 'വർഗമൂലം' എന്ന് ഇന്ത്യൻ ശാസ്ത്രം പറയുമ്പോൾ 360 എന്ന വൃത്തസംഖ്യ, ചതുരസംഖ്യ എന്നിവയെ അവർ അറിഞ്ഞിരുന്നതിനാൽ ജ്യാമിതിയിലെ ചതുരക്ഷേത്രം, ഗോളക്ഷേത്രം എന്നിവയുടെ ജ്ഞാനം അവർക്കുണ്ടായിരുന്നു എന്നർഥം. വൃത്തവും ചതുരവും ഒരേ ക്ഷേത്രഫലമായി വരയ്ക്കാം. കുട്ടികളെകൊണ്ട് ജ്യാമിതീയശൈലിയിൽ ചതുഷ്കങ്ങൾ ഉണ്ടാക്കി ചുമരിൽ തൂക്കിയിടാൻ പറയുക. അത് എന്നും കാണുമ്പോൾ ഈ തത്വം ഓർക്കാൻ ഒരു വിഷൽ സ്റ്റിമുലസ് ആവും.

ചതുഷ്ക സംഖ്യയെ ഒരു'സ്വീക്വൻസ്' ആയി വിശദീകരിക്കുമ്പോൾ

n^{th} പ്രാവശ്യം = n^2

10th പ്രാവശ്യം = 100 (10×10)

20th പ്രാവശ്യം = 400 (20×20)

1, 4, 9 16 എന്ന സ്വീക്വൻസിന്റെ പാറ്റേൺ ഒന്നുകൂടി നോക്കുക.

1 + 3	=	4
4 + 5	=	9
9 + 7	=	16

$\therefore$ അടുത്തത് 25 ആവണം.

16 + 9 = 25

(5 × 5 ആകയാൽ ഇത് ശരി എന്ന് തെളിവും കിട്ടുന്നു)

25 + 11	=	36
36 + 13	=	49
49 + 15	=	64
64 + 17	=	81
81 + 19	=	100

(1 മുതൽ 100 വരെ ഈ നിയമം കൃത്യമാണ്.)

വർഗമൂലം

സ്ക്വയർ റൂട്ട് എന്നതിന്റെ സംസ്കൃതമാണത്.

സ്ക്വയർ = ചതുഷ്കം. റൂട്ട് = വേര്/മൂലം/ ഉത്ഭവസ്ഥാനം.

2 വർഗമൂലം; 4 വർഗം

വർഗങ്ങളെയാണ് 4 വർണമുള്ള ഒരു ഭൂതചതുഷ്കമായി സംസ്കൃതം പറയുന്നത്. അതിന്റെ ഉത്ഭവം/വേര് വർഗമൂലം

3 × 3	=	9
9	=	വർഗം
3	=	വർഗമൂലം

4 വർണമായാലും, 9 ഗ്രഹമായാലും 16 വിദ്യയായാലും ജ്യാമിതീയ ശൈലിയിൽ ആ വർഗങ്ങൾക്കെല്ലാം ചതുരരൂപമാണ്. സമചതുരമാണ്. (വാസ്തുവിൽ ഇതിന് പ്രാധാന്യമുണ്ട്-വർഗമൂലം കാണുമ്പോൾ ഇതും ഓർത്തിരിക്കണം.)

സിംബൽ $\sqrt{}$

$\sqrt{9} = 3, \sqrt{16} = 4$

Exercise : 225 വരെയുള്ള എല്ലാ ചതുഷ്ക സംഖ്യകൾക്കും വർഗ മൂലം കാണുക,

ഘനമൂലം (ക്യൂബ് സംഖ്യ)

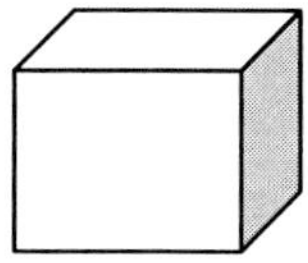

ഘനവസ്തു അഥവാ solid

നീളം × വീതി × ഉയരം = ഘനമൂലം

നീളം, വീതി, ഉയരം 1 എങ്കിൽ

1 × 1 × 1 = 1

നീളം, വീതി, ഉയരം 2 എങ്കിൽ,

$2 \times 2 \times 2 = 8$

$3 \times 3 \times 3 = 27$

$4 \times 4 \times 4 = 64$

ആദ്യത്തെ 4 ക്യൂബ് സംഖ്യകൾ 1, 8, 27, 64

Exercise : അടുത്ത 3 ക്യൂബ് സംഖ്യകൾ കാണുക. ഈ പാറ്റേൺ മനസിലാക്കുക.

$n^3 = n \times n \times n$ എന്നാണ് അർഥം.

ചിന്തിക്കുന്ന പ്രക്രിയ

1

സ്വയം ബോധ്യപ്പെടണം

അധ്യയനം

2

മറ്റുള്ളവർക്ക് ബോധ്യപ്പെടുത്തൽ

അധ്യാപനം

ഇതിനായി ഇതുവരെ ചെയ്ത ക്രിയകൾ ശരിയോ എന്ന് സ്വയം ചെയ്തു ബോധ്യപ്പെടുത്തുക.

ത്രികോണസംഖ്യകൾ

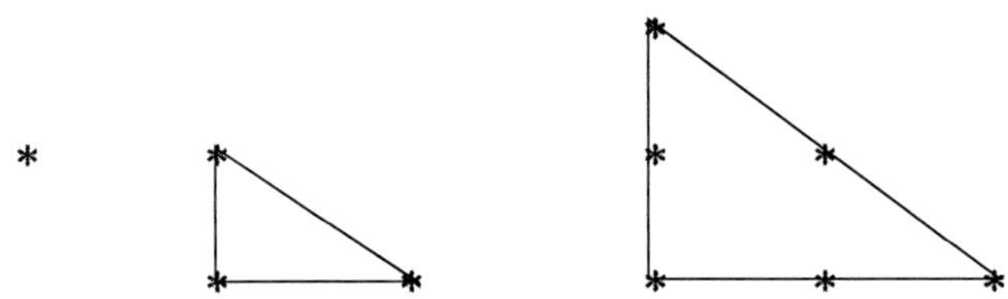

1 3 6

പാറ്റേൺ

(ആദ്യത്തെ 10 ത്രികോണസംഖ്യകൾ)

1	1
1 + 2	3
1 + 2 + 3	6

1 + 2 + 3 + 4	10
1 + 2 + 3 + 4 + 5	15
1 + 2 + 3 + 4 + 5 + 6	21
1 + 2 + 3 + 4 + 5 + 6 + 7	28
1 + 2 + 3 + 4 + 5 + 6 + 7 + 8	36
1 + 2 + 3 + 4 + 5 + 6 + 7 + 8 + 9	45
1 + 2 + 3 + 4 + 5 + 6 + 7 + 8 + 9 + 10	55

അടുത്ത പത്തു ത്രികോണസംഖ്യകൾ

ഉത്തരം 66
78
91
105
120
136
153
171
190
210

സംഖ്യാശ്രേണി (Sequence)

3, 6, 9, 12 ... ഇതൊരു സംഖ്യാശ്രേണിയാണ്. ഇത് 3 ന്റെ ഗുണകോഷ്ഠപ്പട്ടികയിലെ സംഖ്യകളാണ്. ഓരോ സംഖ്യയ്ക്കും ഗുണകോഷ്ഠപ്പട്ടികയിൽ നിന്ന് ഇങ്ങനെ സംഖ്യാശ്രേണികളുണ്ട്.

2 ന്റെ സംഖ്യാശ്രേണി 2 ന്റെ ഗുണകോഷ്ഠപ്പട്ടികയിൽ നിന്ന് ഇങ്ങനെ കാണാം:

3 + 3 = 6, 6 + 3 = 9

∴ 12 നു ശേഷം 15, 18, 21 എന്നു വരും. ഗുണിതവും കൂട്ടലും തമ്മിലുള്ള ബന്ധം അങ്ങനെ ഗ്രഹിക്കാം.

2 × 1 = 1

2 × 2 = 2

2 × 3 = 6

2 × 4 = 8

2 X 5 = 10

2 ന്റെ സംഖ്യാശ്രേണി 1, 2, 6, 8, 10..

Exercise : 2 മുതൽ 19 വരെയുള്ള സംഖ്യകളുടെ സംഖ്യാശ്രേണി കണ്ടുപിടിക്കാൻ പറയുക.

മറ്റൊരു സംഖ്യാശ്രേണി

1, 4, 9, 16, 25, ...

ഇതിന്റെ ബന്ധം എന്താണ്?

ഉത്തരം അറിയാമെങ്കിൽ നിങ്ങൾ ഇതുവരെ പഠിച്ചത് ഓർക്കുന്നുണ്ട്.

അറിയില്ലെങ്കിൽ പേജ് പിന്നിലേക്ക് മറിച്ച് ചതുഷ്കസംഖ്യയിൽ കിട്ടിയ ശ്രേണി ഓർത്തെടുക്കുക.

1×1 1

2×2 4

3×3 9

4×4 16

5×5 25

$\therefore$ 1, 4, 9, 16 25

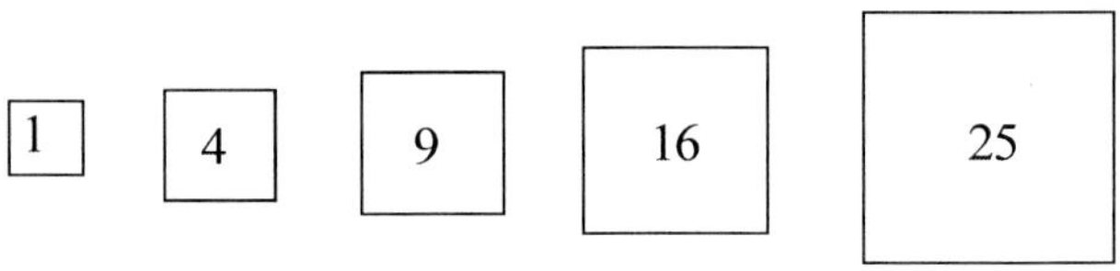

മറ്റൊരു ശ്രേണി

1, 1, 2, 3, 5, 8, ...

ഇതിന് ഇപ്പോൾ ഫിബൊനാച്ചി ശ്രേണി എന്ന് പറയുന്നു. ഇതിന്റെ ഉത്ഭവം, ബന്ധം എന്നിവ കാണാം. സംഖ്യയുടെ മുമ്പിലുള്ള സംഖ്യ കൂട്ടിയാൽ പിന്നിലെ സംഖ്യകിട്ടണം.

1 ന്റെ മുമ്പിൽ 0, 0 + 1, = 1 അതുകൊണ്ട് 1, 1 എന്ന് രണ്ടുപ്രാവശ്യം 1 കിട്ടി.

$1 + 1 = 2$

$1 + 2 = 3$

$2 + 3 = 5$

$3 + 5 = 8$

ഇതനുസരിച്ച് അടുത്ത സംഖ്യകൾ ഏതാവണം?

Exercise : 13, 21, ... എന്ന് എത്രവരെ കുട്ടികൾക്ക് തുടർന്നെഴുതാൻ സാധിക്കും എന്ന് നോക്കുക.

ഒരു സാമാന്യ നിയമം

നേരത്തെ തുടക്കസംഖ്യയും ഒടുക്കസംഖ്യയും കൂടിയുള്ള ബന്ധം എങ്ങനെ ഒരു സാമാന്യനിയമം കൊണ്ട് വിശദീകരിക്കാമെന്നു കണ്ടു.

ഇവിടെ മറ്റൊരു ഉദാഹരണം കാണാം.

x	1	2	3	4	5					
y	2	4	6	8	10					

$x \times 2 = y$ എന്നാണ് ഇവിടെ സാമാന്യനിയമം

x = 1 എങ്കിൽ y ? 2

x = 2 ” $y = 2 \times 2 = 4$

Exercise : ഈ നിയമം വെച്ച് കുട്ടികൾക്ക് എത്ര സംഖ്യകൾ ചെയ്യാമെന്ന് നോക്കുക.

മറ്റൊരുദാഹരണം

x	1	2	3	4	5	6		
y	3	6	9	12	15	18		

x = 1 എങ്കിൽ $y = 1 \times 3$

2 ” $y = 2 \times 3$

സാമാന്യനിയമം $x \times 3 = y$

Exercise : കുട്ടികളെക്കൊണ്ട് ഇത്തരം സാമാന്യനിയമങ്ങൾ വെച്ച് ശ്രേണികൾ കണ്ടുപിടിക്കുന്ന കളികൾ ചെയ്യിക്കുക.

മുൻപറഞ്ഞ ശ്രേണിയെ താഴേക്കുതാഴെ എഴുതി.

3
6
9
12
15
18

ഇതിനെ ആരോഹണക്രമത്തിലും അവരോഹണക്രമത്തിലും ഇരു വശങ്ങളിലും ചെയ്താൽ +, − സംഖ്യകൾ കിട്ടും.

+ ധനം	ശ്രേണി	− ഋണം	
	3		
3 + 3		6−3	+3
	6		
6 + 3		9−6	+3
	9		
9 + 3		12−9	+3
	12		
12 + 3		15−12	+3
	15		
15 + 3		18−15	+3
	18		
18 + 3		21−18	+3
	21		
21 + 3		24−21	+3
	24		
24 + 3		27−24	+3
	27		

ഇവിടെ ശ്രേണി 3 ന്റെ ഗുണകോഷ്ഠമാണ്. 6 ഋതു, 9 ഗ്രഹം, 12 രാശി, 15 പക്ഷം, 24 മണിക്കൂർ, 27 നക്ഷത്രം മുതലായി ജ്യോതിശാസ്ത്രത്തിലെ പല സംഖ്യകളും ഇതിൽ നിന്നാണ്. ഒരു അയനം (സഞ്ചാരം) നേർരേഖയിലല്ലായ്കയാൽ, ഗോളവൃത്തക്ഷേത്രത്തിൽ ഋണ ധനങ്ങൾ എങ്ങനെ വരും.

ഒരർധഗോളത്തിൽ ഋണമാകുന്നത് (ചുരുങ്ങുന്നത്) മറ്റേ അർധഗോളത്തിൽ വർധിക്കും എന്നർഥം. അതായത് രാശിപ്രമാണം എന്ന ജ്യോതിഷതത്വം ഈ ആൾജിബ്ര നിയമം വെച്ചാണ് പണ്ടുള്ളവർ കണ്ടിട്ടുള്ളത്. ജ്യോതിഷമെന്നാൽ ഗണിതത്തിന്റെ അതിസൂക്ഷ്മ തത്വങ്ങളാണ് എന്നർഥം.

ഈ സാമാന്യനിയമം എല്ലാ തുടക്ക/ഒടുക്കസംഖ്യകൾക്കും യോജിക്കുമെങ്കിൽ ഒരു ആൾജിബ്ര സാമാന്യനിയമം നിങ്ങൾ കണ്ടുപിടിച്ചു എന്നർഥം. പക്ഷേ യോജിച്ചില്ലെങ്കിലോ?

അതിന് കണക്കുകൂട്ടി നോക്കുകതന്നെ വേണ്ടേ?

x	1	2	3	4	5	6
y	5	8	11	14	17	20

8 − 5 = 3
11 − 8 = 3
14 − 11 = 3
17 − 14 = 3
20 − 17 = 3

പക്ഷെ, 1 × 3 = 3 എന്ന് നമുക്കറിയാം

ആദ്യത്തെ ഒടുക്കസംഖ്യ (y) 5 എന്നാണു തന്നിരിക്കുന്നത്. അതെങ്ങനെ ശരിയാവും?

$x \times 3 = y$ എങ്കിൽ

$x \times 3 = 5$ എന്ന ഉത്തരം എങ്ങനെ കിട്ടും? അങ്ങനെ വരുമ്പോൾ x ന്റെ മൂല്യം എന്താവണം?

ഈ ചോദ്യം മനസിൽ വരിക. അതിനൊരുത്തരം കാണാൻ മനസ്സ് ശ്രമിക്കുക. ഇത് നമ്മുടെ ഗണിതചിന്താശക്തിയുടെ ഒരു പ്രധാന ഭാഗമാണ്. അതിനാൽ ചിന്തിക്കുക. ഉത്തരം കിട്ടിയേക്കാം, കിട്ടിയില്ലെന്നിരിക്കാം. അതു സാരമില്ല. അതിനുള്ള യത്നം അഥവാ ചിന്തയാണ്–ഏകാഗ്രചിന്തയാണ്–പ്രധാനം

മനസിന് കുറേ സമയം വിശ്രമം കൊടുത്തുകൊള്ളൂ. അതിന് ശരിയെന്നു തോന്നുന്നവഴികളെല്ലാം (തെറ്റാണെങ്കിൽപ്പോലും) ഡയറിയിൽ കുറിച്ചിടുക. ഇത് ഗ്രാഹ്യശക്തി, ഓർമ, പഠനത്തിന്റെ വേഗത, നൈരന്തര്യം ഇതിനെയെല്ലാം സഹായിക്കും എന്ന് പിന്നീട് മനസിലാവും.

ഉത്തരം കണ്ടുപിടിച്ചു കാണുമല്ലോ. ആദ്യത്തെ സംഖ്യയിൽ 2 ക്രിയകൾ നാം ചെയ്തിട്ടുണ്ട്.

അതായത്

$(x \times 3) + 2 = y$ എന്നാണ് ആദ്യം ചെയ്തത്. അങ്ങനെയാണ്
$x = 1, y = 5$ എന്നു കിട്ടിയത്
$(1 \times 3) + 2 = 5$

ഇതിനെ ആൾജിബ്രാസമവാക്യമാക്കുമ്പോൾ ഇങ്ങനെ എഴുതാം:

$3x + 2 = y$

$x = 2$ എങ്കിൽ y ?
$(3 \times 2) + 2 = 8$ എന്ന് കിട്ടി.

Exercise : താഴെ 5 സംഖ്യാശ്രേണി കൊടുത്തിരിക്കുന്നു. അവയെ ആൾജിബ്രാ സമവാക്യങ്ങളായി എഴുതാൻ സാധിക്കുമോ എന്ന് സ്വയം പരിശോധിച്ചു നോക്കുക.

1.

x	2	3	4	5
y	10	15	20	25

2.

x	1	2	3	4	5
y	4	7	10	13	16

3.

x	10	11	12	13	14	15
y	101	111	121	131	141	151

4.

x	9	10	11	12	14
y	21	23	25	27	31

5.

x	16	17	18	19	20
y	49	52	55	58	61

ട്യൂട്ടോറിയൽ

Progress അളക്കുന്ന ചോദ്യങ്ങൾ

1. ആദ്യത്തെ നാലു ചതുഷ്കസംഖ്യകൾ എഴുതുക.
2. $\sqrt{100}$, $\sqrt{144}$, $\sqrt{400}$ എന്നിവ കണ്ടെത്തുക.
3. ആദ്യത്തെ നാലു ക്യൂബ് സംഖ്യകളേവ?
4. 144 നുശേഷം വരുന്ന പിന്നത്തെ ചതുഷ്കസംഖ്യ ഏത്?

ചർച്ചാവിഷയം

സംഖ്യകളുമായി എത്ര കൂടുതൽ കളിക്കുന്നുവോ അത്രയും അവ നിങ്ങൾക്ക് എളുപ്പത്തിൽ വശംവദരാകുന്നു.

ഇത് ശരിയോ തെറ്റോ? സ്വന്തം അനുഭവം വെച്ച് തോന്നുന്ന അഭിപ്രായങ്ങൾ ഡയറിയിൽ എഴുതിവയ്ക്കുക.

സഹപാഠികളും അധ്യാപകരുമായി അനുഭവം പങ്കിടുക.

അവരുടെ അനുഭവങ്ങൾ ഡയറിയിൽ കുറിച്ചിടുക. മനസിൽ താരതമ്യപഠനം ചെയ്യുക (Narrative രീതി).

പ്രാക്ടിക്കൽ

ഒരു തുടക്കം/ഒടുക്കം കളി ഗ്രൂപ്പായിട്ട് തുടങ്ങുക.
(25 കുട്ടികളുണ്ടെങ്കിൽ 5 പേരുള്ള 5 ഗ്രൂപ്പായി തിരിക്കാം.)
കുട്ടികളുടെ ആൾജിബ്ര ഗണിതചിന്ത ഇത് വർധിപ്പിക്കും.

3

ഋണം, ധനം, ശക്തിസംഖ്യ

ഋണം, ധനം എന്ന രണ്ടുപദങ്ങൾ നാം പഠിച്ചു.

ഋണം എന്നാൽ   −

ധനം എന്നാൽ   +

ഒരാൾ ഋണം (കടം) ഉള്ളവനാണെന്നു പറഞ്ഞാൽ അയാളുടെ ബാങ്ക് ബാലൻസ് − ആവണം.

ധനം ഉള്ളവനാണെങ്കിൽ + ആവണം.

ജ്യോതിഷത്തിൽ രാശിയ്ക്ക് ഋണരാശി, ധനരാശി എന്ന പേരിട്ടിരിക്കുന്നതും −, + എന്നർഥത്തിലാണ് എന്നു കണ്ടു.

തണുപ്പു കാലത്ത് തെർമോമീറ്ററിൽ '0'ത്തിൽ കുറഞ്ഞചൂട് രേഖപ്പെടുത്തും. ഉഷ്ണകാലത്ത് കൂടുതലും. ഇത് −, + എന്ന ഋണ, ധന സിംബലുകൾകൊണ്ട് കാണിക്കുന്നു.

ഗണിതത്തിൽ 0, 1, 2, 3, 4, 5, ...

ഇവ +

−4, 3−, 2−, 1−, 0 ഇവ −ve '0' മധ്യത്തിൽ. ഇരുവശം, ഋണം, ധനം.

−5 −4 −3 −2 −1 0 +1 +2 +3 +4 +5 ....

എന്ന് ഒരു രേഖമേൽ ഇവയെ രേഖപ്പെടുത്താം. പൂജ്യം അഥവാ Zero (0) എന്ന സംഖ്യ ഭാരതീയർ കണ്ടുപിടിച്ചു എന്നതും, അവർ ഋണധന സംഖ്യാ ശ്രേണികൾ രാശിപ്രമാണത്തിൽ ഉപയോഗിച്ചു എന്നതും ഓർക്കുക. ഇന്ത്യയിലെ ഗണിതം Advanced Mathematics ആയതുകൊണ്ടാണ് ഇത് സംഭവിച്ചതെന്ന് ഗ്രഹിക്കുക.

ഒരു കെട്ടിട സമുച്ചയം സങ്കൽപ്പിക്കുക. 'ഫ്ളാറ്റുകൾ' നിങ്ങൾ കണ്ടിട്ടില്ലേ? അതുപോലൊന്ന്. ഭൂമിയുടെ നിരപ്പ്, 0 എന്ന് കരുതുക. ഭൂനിരപ്പിലുള്ളതിനെ നമ്മൾ 'Ground Floor' എന്നാണ് വിളിക്കുന്നത്. ഭൂനിരപ്പിൽ നിന്ന് മുകളിലേക്ക് 7 നില, ഭൂനിരപ്പിൽ നിന്ന് താഴെ (Below ground level) 7 നില. ആകെ പതിനാലുനില. ഇത്തരമൊരു കെട്ടിടത്തെ നേരത്തെ കാണിച്ച രേഖാചിത്രം തന്നെ കുത്തനെ നിർത്തിയാൽ സങ്കൽപ്പിക്കാം.

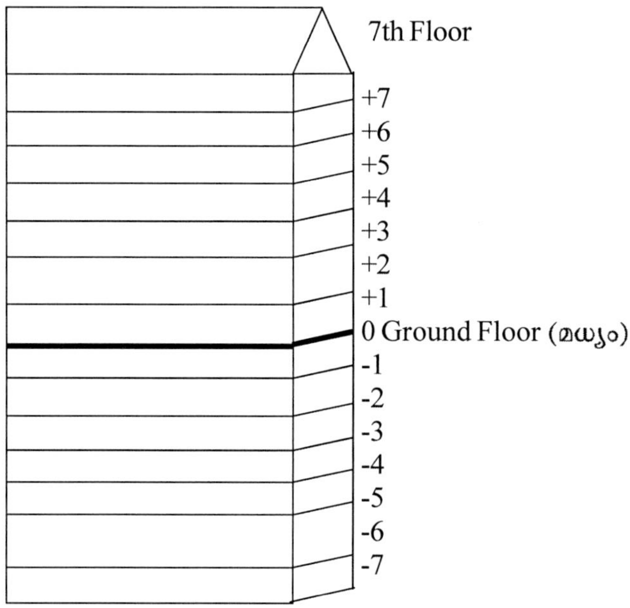

ഇനി മധ്യത്തിലുള്ള ഭൂതലം (ഭൂമി) എന്ന ഗോളം (പൂജ്യം ആകൃതി) അതിനു മുകളിലും ചുവട്ടിലുമായി 7 ലോകങ്ങൾ (14 ലോകം) എന്ന ഇന്ത്യൻ സങ്കൽപ്പം എങ്ങനെ രാശിമണ്ഡലത്തിലെ ധന, ഋണ രാശികളോട് ഗണിതപരമായി ബന്ധപ്പെട്ടിരിക്കുന്നു എന്ന് ഗ്രഹിക്കാൻ ബുദ്ധിമുട്ടുണ്ടാവില്ല.

ഓരോ പ്രാവശ്യം ധനരാശി കൂടുമ്പോൾ നാം മുകളിലേക്കും, ഋണ രാശി കൂടുമ്പോൾ താഴേക്കും സഞ്ചരിക്കുന്നു.

നിങ്ങൾ +1 എന്ന നിലയിൽ ആണെങ്കിൽ 4 നില താഴേയ്ക്കു സഞ്ചരിക്കുന്നപക്ഷം നിങ്ങൾ എത്രാമത്തെ നിലയിലാവും? ഗണിതഭാഷയിൽ,

$+1 \; -4 = ?$

$= -3$ എന്ന നിലയിൽ.

+ 5 നിലയിൽ നിന്ന് 7 നില താഴേയ്ക്കിറങ്ങിയാലോ?

$+5 - 7 = -2$

−4 എന്ന നിലയിൽ നിന്ന് 3 നില മുകളിലേയ്ക്കു കയറിയാലോ?

$-4 + 3 = -1$

−3 യിൽ നിന്ന് 5 നില താഴേയ്ക്ക് ഒരാൾ സഞ്ചരിക്കുന്നപക്ഷമോ?

$-3 - 5 = -8$ എന്നു കിട്ടണം.

+, − എന്ന സിംബലുകൾ ഇവിടെ കൂട്ടലും കുറയ്ക്കലും മാത്രമല്ല ദിശ (direction) കാണിക്കുന്ന സിംബലുകൾ കൂടിയാണെന്നത് കോസ്മോളജിയിൽ പ്രധാനമാണ്. കർമഫലമായി താഴത്തെ ശ്രേണികളിൽ പുനർജന്മമെടുക്കുന്ന ഊർജശക്തിയെ ഗണിതപരമായി ഇങ്ങനെ വ്യാഖ്യാനിക്കാം.

Exercise :

താഴെ കാണുന്നവയുടെ മൂല്യം കാണുക.

1. $4 - 5 =$
2. $-3 - 5 =$
3. $9 - 17 =$
4. $-6 + 7 =$
5. $-15 + 17 =$
6. $12 - 17 =$
7. $5 - 12 =$
8. $22 - 9 =$
9. $-30 - 29 =$
10 $-7 - 9 =$

ആശയങ്ങളെ ഏറ്റവും ലളിതമായി സൂത്രരൂപത്തിൽ അവതരിപ്പിക്കാനാണ് ഗണിതം. അതിനാൽ സംഖ്യകളെ അവകളാൽത്തന്നെ ഗുണിക്കുന്ന ഒരു ലിപിരീതി ഉണ്ട്. ഇത് ഒരു സംഖ്യയുടെ ശക്തി (power) എന്നറിയുന്നു.

ഒരു സംഖ്യയുടെ തനതായ ശക്തി അതിന്റെ സ്വയം ശക്തിയായ 1 കൊണ്ട് കാണിക്കാം.

$7 = 7^1$

$9 = 9^1$ എന്നിങ്ങനെ.

ഇതിലെ '1' സാധാരണ നാം എഴുതാറില്ല എന്നു മാത്രം.

144 എന്നാൽ 144^1 ആണ് എന്നത് എല്ലാവർക്കും അറിയാം. അതിനാൽ പ്രത്യേക ക്രിയ ചെയ്യാനില്ല. എടുത്തെഴുതേണ്ടതുമില്ല.

3×3 എന്നെഴുതാൻ ലളിതവും എളുപ്പവുമായ വഴി 3^2 എന്നെഴുതലാണ്.

(3^2 = Three squared

Three to the power of two എന്ന് ഇംഗ്ലീഷിൽ പറയും.

$3 \times 3 \times 3$ എന്നതിന് 3^3 എന്ന് എഴുതും.

(3^3 = Three cubed

= Three to the power of three)

5^4 = Five to the power of four

$= 5 \times 5 \times 5 \times 5 = 625$

ഇതു കാൽക്കുലേറ്ററിൽ ഇപ്പോൾ കിട്ടും. പക്ഷെ, ഇതിനെ മനസിലും ബുദ്ധിയിലും തത്വാർഥത്തോടെ രേഖപ്പെടുത്താൻ സ്വയം കടലാസും പെൻസിലും എടുത്ത് കണക്കാക്കി നോക്കി തെളിയിക്കണം. സ്വന്തമായി തെളിയിക്കുക എന്നത് അങ്ങനെയേ സാധിക്കൂ.

Exercises :താഴെകാണുന്നവയെ ശക്തിസംഖ്യകളാക്കി എഴുതുക. ഉത്തരം കാണുക.

1. 4×4
2 $5 \times 5 \times 5$
3. $4 \times 4 \times 4$
4. 9×9
5. $7 \times 7 \times 7$
6. 12×12
7. $3 \times 3 \times 3 \times 3$
8. 13×13
9. 14×14
10. 15×15

നിങ്ങളുടെ വീട്ടിൽ നിത്യവും രാവിലെ 3 കുപ്പി പാൽ വാങ്ങുന്നു. ആകെ വില. ഒരു കുപ്പി പാലിന്റെ വിലയുടെ 3 പ്രാവശ്യമാണ്. അതെത്ര?

ഉടനെ നാം ആൽജിബ്ര സമവാക്യത്തിലെത്തുന്നു.

ആകെ വില = x

ഒരു കുപ്പിയുടെ വില = y

$\therefore x = 3y$

ഈ സമവാക്യം വെച്ച് ഒരു കുപ്പി പാലിന്റെ വില അറിഞ്ഞാൽ എത്ര കുപ്പി പാലിന്റെ വിലയും കാണാമല്ലോ.

ആൾജിബ്രയിൽ ഗുണനം

ഗുണിക്കുമ്പോൾ നാം ശക്തികളെ കൂട്ടുന്നു.

$x \times x = x^2$

x എന്നാൽ x^1 ആണ്. അതിനാൽ,

$x^1 \times x^1 = x^{1+1} = x^2$

$m \times m^2$എന്ന സമവാക്യം നിർധാരണം ചെയ്യാൻ ഒരാൾ നമ്മോടാവശ്യപ്പെട്ടാൽ ഇതേ നിയമമാണ് ഉപയോഗിക്കുന്നത്.

$m^1 \times m^2 = m^{(1+2)} = m^3$ എന്നർഥം.

Exercise : താഴെ കാണുന്നവയ്ക്ക് ഉത്തരം കാണുക. x^y എന്ന രൂപത്തിൽ ഉത്തരം തരിക.

1. $w \times w^2$
2. $m^3 \times m^4$
3. $j^6 \times j^7$
4. $a^2 \times a^5$
5. $g^9 \times g^2$
6. $r \times r$
7. $e \times e^4$
8. $d \times d^5$
9. $s^5 \times s^6$
10. $y^3 \times y$

ആൾജിബ്രയിൽ ഹരണം

ഹരണത്തിൽ ശക്തികളെ കിഴിക്കുകയാണ് ചെയ്യുക.

$t^6 \div t^3 = t^{(6-3)} = t^3$

മേൽപ്പറഞ്ഞ ഗുണന ഹരണനിയമങ്ങൾ ഗുണിക്കപ്പെടുന്നതും ഗുണിക്കുന്നതുമായ രണ്ടു സംഖ്യകൾ (variables) ഒരേ ഇനത്തിൽ പെട്ടാൽ മാത്രമാണ്.

($b^3 \div b^2$; $a^3 \times a^2$ എന്നിങ്ങനെ വന്നാൽ)

പക്ഷേ $d^3 \div a^2$, $b^3 \div a$ എന്നാണെങ്കിൽ

ഈ നിയമം സാധിക്കുകയില്ല എന്ന് ഓർക്കുക.

Exercise

1. $p^9 \div p^3$
2. $J^5 \div J^2$
3. $r^7 \div r^4$
4. $w^3 \div w^2$
5. $q^8 \div q^2$
6. $a^8 \div a^5$
7. $m^{12} \div m^6$
8. $h^{25} \div h^{24}$
9. $y^{60} \div y^{58}$
10. $n^2 \div n^{-4}$

ശൂന്യം അഥവാ പൂജ്യത്തിന്റെ ശക്തി

$2^5 = 32$

$2^4 = 16$

$2^3 = 8$

$2^2 = 4$

$2^1 = 2$

താഴേക്കു പോകും തോറും ഉത്തരം പകുതി (½) ആവുന്ന പാറ്റേൺ (32, 16, 8. 4 എന്നിങ്ങനെ)

$2^4 = \frac{1}{2}$ of 2^5

$2^3 = \frac{1}{2}$ of 2^4

എങ്കിൽ 2^0 2^1 ന്റെ പകുതിയായ ഒന്നാവണം.

$10^0 = 1$ എന്നർഥം. $10^1 = 1$. $10^2 = 100$

$n^3 \div n^3 = n^0 = 1$ എന്ന് ആൾജിബ്ര സമവാക്യം.

$10^0 = 1$
$10^1 = 10$
$10^2 = 100$
$10^3 = 1000$
$10^4 = 10000$
$10^5 = 100000$
$10^6 = 1000000$
$10^7 = 10000000$
$10^8 = 100000000$
$10^9 = 1000000000$

ഈ 'ശക്തി' ആദ്യമായി കാണുന്നത് ഇന്ത്യക്കാരുടെ വേദങ്ങളിലാണ്. '0' എന്ന 'സ്ഥാനം' കൊണ്ട് ഒന്ന്, പത്ത്, നൂറ് എന്ന് പരാർധം വരെ എഴുതുകയും അവയെ 'ശക്തി' സിംബലായിട്ടും ദശാംശമായിട്ടും ഉപയോഗിക്കുകയും ചെയ്തു ഇന്ത്യക്കാർ.

ട്യൂട്ടോറിയൽ

1. പ്രോഗ്രസ് അളക്കാൻ ചോദ്യങ്ങൾ

Set A

1.	$4 - 6 =$		6.	$4 \times 4 =$
2.	$-3 - 7 =$		7.	$5 \times 5 \times 5 =$
3.	$11 - 17 =$		8	$4 \times 4 \times 4 =$
4.	$-6 + 1 =$		9.	$9 \times 9 =$
5.	$-15 + 13 =$		10.	$7 \times 7 \times 7 \times 7 =$

Set B

1.	$w \times w^3 =$		6.	$g^9 \times g^3 =$
2.	$a^3 \times a^7 =$		7.	$e^{-1} \times e^3 =$
3.	$b^{-4} \times b^7 =$		8.	$j^6 \times j^9 =$
4.	$a^{-1} \times a^{-1} =$		9.	$x^9 \times x^{-3} =$
5.	$m^3 \times m^5 =$		10.	$y^{-4} \times y^{-3} =$

Set C

1.	$P^9 \div P^2$	=	6.	$k^2 \div k^{-4}$	=
2.	$J^5 \div J^3$	=	7.	$m^{-3} \div m^{-4}$	=
3.	$r^7 \div r^3$	=	8.	$b^{-6} \div b^7$	=
4.	$w^3 \div w$	=	9.	$n \div n^{-4}$	=
5.	$q^8 \div q^3$	=	10.	$a^{-3} \div a^7$	=

ചർച്ചാവിഷയം

ഈ അധ്യായത്തിൽ പഠിച്ചതിനെക്കുറിച്ച് നിങ്ങൾക്ക് അനുഭവപ്പെട്ടതെല്ലാം ഡയറിയിൽ എഴുതിവയ്ക്കുക.

ഒന്ന് തൊട്ട് പരാർധം വരെയുള്ള സംഖ്യകളുടെ പേര് നിങ്ങൾക്കറിയാമോ? അറിയുകയില്ലെങ്കിൽ കണ്ടുപിടിച്ച് എഴുതിവയ്ക്കുക.

പരാർധം എന്ന സംഖ്യയിൽ എത്ര പൂജ്യം ഉണ്ട്? അത് ശക്തിസംഖ്യയായി എഴുതി നോക്കുക.

ബ്രഹ്മാണ്ഡത്തിന്റെ സ്രഷ്ടാവായ ബ്രഹ്മാവിന്റെ ആയുസ്സും പരാർധമെന്ന സംഖ്യയും തമ്മിൽ ഇന്ത്യൻ ജ്യോതിശാസ്ത്രം എങ്ങനെ ബന്ധിപ്പിക്കുന്നു?

ഇതനുസരിച്ച് ബ്രഹ്മാണ്ഡത്തിന്റെ വയസ്സ് (age of Universe) എന്ത്?

ഇതും ഇന്നത്തെ ജ്യോതിശാസ്ത്രത്തിന്റെ കണക്കും തമ്മിൽ താരതമ്യപ്പെടുത്തുക.

സ്വയം കണ്ടെത്താൻ കഴിഞ്ഞതെല്ലാം ഡയറിയിൽ Reference സഹിതം രേഖപ്പെടുത്തുക. അതിനുശേഷം മാത്രം സഹപാഠികളും അധ്യാപകരുമായി ചർച്ച ചെയ്ത് പുതിയ വിവരങ്ങൾ അവർക്കറിയാമെങ്കിൽ അതുകൂടി ചേർത്തെഴുതിവയ്ക്കുക (നിങ്ങൾ കണ്ടുപിടിച്ച് എഴുതിയതിന്റെ അനുബന്ധമായി.)

പ്രാക്ടിക്കൽ

പ്രോഗ്രസ് ചോദ്യങ്ങളിൽ കൊടുത്തപോലെ സ്വന്തമായി ചോദ്യങ്ങൾ ഓരോരുത്തരും ഉണ്ടാക്കുക. ഗ്രൂപ്പുകളായി തിരിച്ച്, ഓരോ ഗ്രൂപ്പിലുമുള്ളവർ മറ്റു ഗ്രൂപ്പുകളിലുള്ളവർ ഉണ്ടാക്കിയ ചോദ്യങ്ങൾക്ക് ഉത്തരം കാണുക.

4

റിസർച്ച്

പാറ്റേണുകൾ ഗണിതത്തിൽ പ്രധാനമാണ്. അവയെ ഗ്രഹിക്കാൻ സാധിച്ചാൽ പ്രവചനങ്ങൾ സാധിക്കുമെന്നതാണ് പ്രാധാന്യം. ഗണിതം പ്രവചനശാസ്ത്രമായ ആസ്ട്രോളജിയായത് ഈ തത്വം അവലംബിച്ചാണ്.

ഗണിതശാസ്ത്രത്തിലെ പഠനം അഥവാ വിദ്യാഭ്യാസം നമ്മെ അന്വേഷണ കുതുകികളാക്കുന്നതിനു വേണ്ടിയാണ്. അന്വേഷണത്തിന് നാം ഉപയോഗിക്കുന്ന മാർഗം അനുസരിച്ചായിരിക്കും നാം കണ്ടെത്തുമോ ഇല്ലയോ എന്നത്.

ഒരന്വേഷണം ആരംഭിക്കും മുമ്പ്, അത് എന്ത് കണ്ടെത്താനാണ്, എന്തു തെളിയിക്കാനാണ്, അതിന് എന്തു മാർഗമാണ് സ്വീകരിക്കുന്നത് എന്ന് ഒരു "Statement" അഥവാ ഉദ്ദേശ്യം/ ലക്ഷ്യം (AIM) മാർഗം (Method) ചേർന്ന ഒരു വാക്യം— പറയും. Search എന്നാൽ അന്വേഷണം— തിരച്ചിൽ.

Research എന്നാൽ വീണ്ടും അന്വേഷണം.

നമ്മുടെ പൂർവികരായ എത്രയോ പേർ അന്വേഷിച്ച് തിരഞ്ഞു കണ്ടുപിടിച്ചതിനെ, നമ്മളും വീണ്ടും അന്വേഷിച്ച് തിരഞ്ഞു കണ്ടുപിടിക്കുകയാണ്. അതെല്ലാ തലമുറയിലെ കുട്ടികളും ചെയ്യും; ചെയ്യണം.

ഇവിടെ ത്രികോണങ്ങളും തീപ്പെട്ടിക്കോലുകളും വെച്ചുകൊണ്ടുള്ള ചെറിയൊരു പരീക്ഷണത്തിലൂടെയുള്ള അന്വേഷണം ഉദാഹരണമായി എടുക്കുന്നു.

I. **AIM ലക്ഷ്യം**:- തീപ്പെട്ടിക്കോലും ത്രികോണവും എണ്ണിനോക്കി, Sequence (ശ്രേണി) വർധിപ്പിക്കുമ്പോൾ എന്തു സംഭവിക്കും എന്ന് അന്വേഷിച്ചറിയാൻ പോകയാണ്.

II. ഡാറ്റ ശേഖരണം

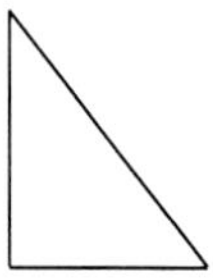

3 തീപ്പെട്ടിക്കോൽ
1 ത്രികോണം

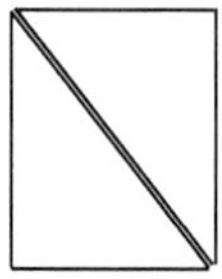

5 തീപ്പെട്ടിക്കോൽ
2 ത്രികോണം
(1 ചതുരം)

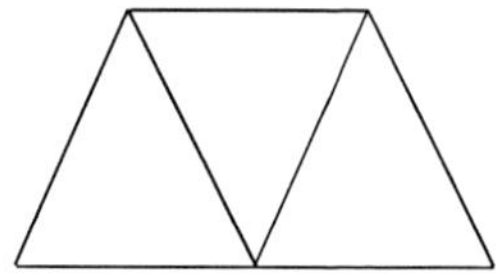

7 തീപ്പെട്ടിക്കോൽ
3 ത്രികോണം

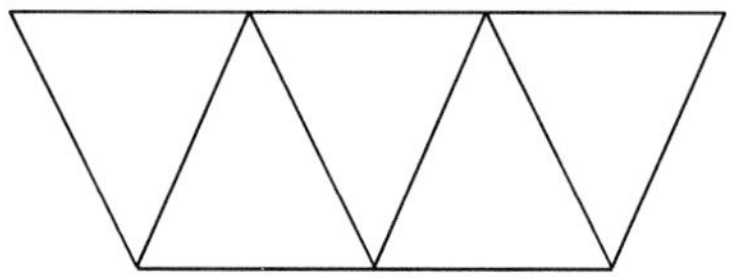

11 തീപ്പെട്ടിക്കോൽ
5 ത്രികോണം

III. ഇവയെ ഒരു പട്ടിക രൂപത്തിൽ എഴുതി കോലും, ത്രികോണവും കൂടി ബന്ധം കാണുക. (പാറ്റേൺ)

△	1	2	3	4	5
കോൽ	3	5	7	9	11

കോലിന്റെ എണ്ണം + 2 എന്ന് വർധിക്കുന്നതിനാൽ ഇത് ഒരു രേഖീയബന്ധം (linear) ആണ്. 1 എന്നതിൽക്കവിഞ്ഞ ഒരു ശക്തി നമ്പർ ഇല്ല.

സമവാക്യം

(ത്രികോണസംഖ്യ × 2) + 1 = കോല്.

തീപ്പെട്ടിക്കോൽ ചതുഷ്കങ്ങൾ

4 കോൽ
ഒരു ചതുഷ്കം

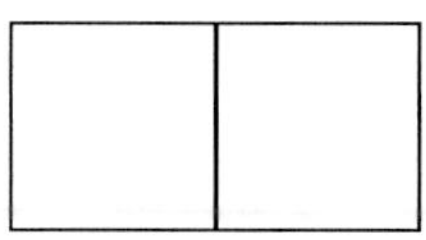

7 കോൽ
2 ചതുഷ്കം

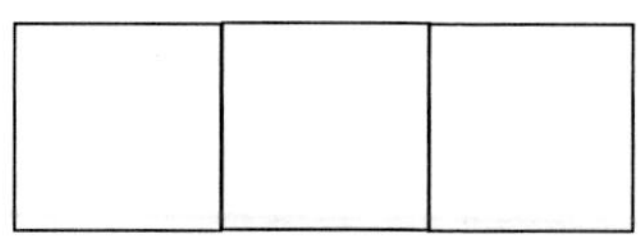

10 കോൽ
3 ചതുഷ്കം

ഇതിന്റെ ബന്ധം കാണാൻ നോക്കുക.

□	1	2	3	4	5	6	7
കോൽ	4	7	10	13	16	19	22

കോൽ 4 + 3, 7 + 3, 10 + 3 എന്ന് കൂടുന്നു.

ആദ്യ ചതുഷ്കം		ആകെ കോല്	ചതുരം
4 കോലിന്	1 + 3	4	1
7 ,,	2 + 5	7	2
10 ,,	3 + 7	10	3
13 ,,	4 + 9	13	4
16 ,,	5 + 11	16	5
19 ,,	6 + 13	19	6
22 ,,	7 + 15	22	7

തീപ്പെട്ടിക്കോൽ എന്നതിനു പകരം മുഴക്കോൽ എന്നുവെച്ച് സങ്കൽപ്പിക്കുക (ആശാരി ഭാഷ).

22 കോൽ, 7 ചതുരം എന്നതിനുപകരം 22 ശ്രുതി, 7 സ്വരം എന്ന് സങ്കൽപ്പിക്കുക (സംഗീതഭാഷ).

4 തീപ്പെട്ടിക്കോൽ വെച്ചും, 5 തീപ്പെട്ടിക്കോൽ വെച്ചും നാം ചതുഷ്കം ഉണ്ടാക്കി.

4

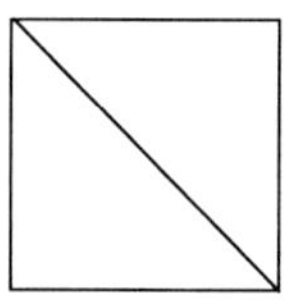
5

5–ാം തീപ്പെട്ടിക്കോൽ കർണം. അതുകൊണ്ട് ചതുഷ്കത്തെ 2 സമ ത്രികോണമാക്കാം.

കുട്ടികൾ വരയ്ക്കുന്ന വീട്

ഒരു ത്രികോണവും ഒരു ചതുരവും കൊണ്ട് കുഞ്ഞുങ്ങൾ ഒരു വീടു വരയ്ക്കും. അതിന് ആറു തീപ്പെട്ടിക്കോൽ മതി.

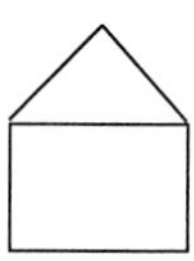

ഒരേ വലിപ്പമുള്ള എത്ര ഇഷ്ടികകൊണ്ട്, ആ ഇഷ്ടികയോളം തന്നെ വലിപ്പമുള്ള ഒരു മധ്യഭാഗത്തോടുകൂടിയ, ഒറ്റ മത്സ്യം കൊള്ളുന്ന ഒരു മത്സ്യക്കുളമുണ്ടാക്കാം?

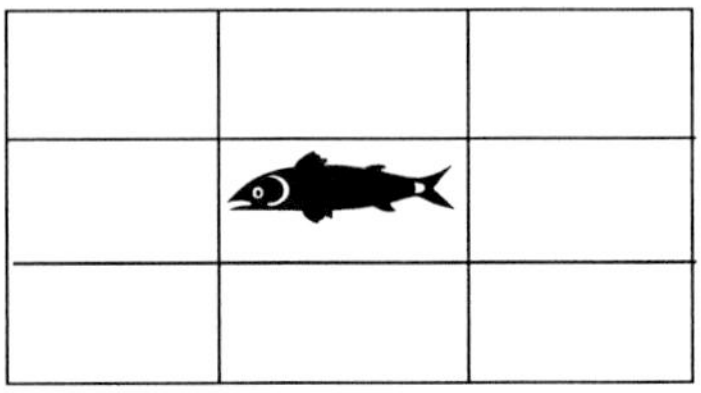

സമചതുരം, മത്സ്യം 1, ഇഷ്ടിക 8.

ഇതിനെത്തന്നെ 2 മത്സ്യം കൊള്ളുന്ന മത്സ്യക്കുളമാക്കുക.

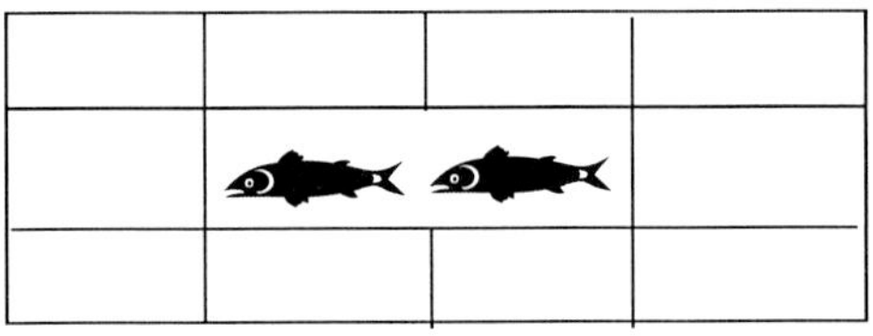

ദീർഘചതുരം, മത്സ്യം 2, ഇഷ്ടിക 10.

താഴെക്കാണുന്ന L ആകൃതികളിലെ ഇഷ്ടികകളുടെ എണ്ണം നോക്കുക.

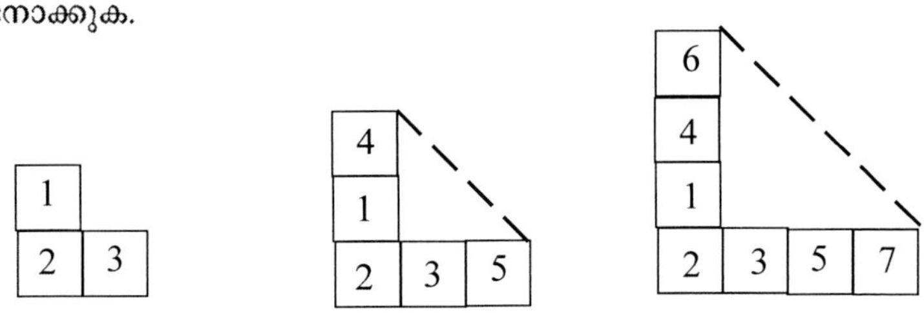

1 2 3

1. 3 ഇഷ്ടിക
2. 3 + 2 = 5 ഇഷ്ടിക.
3. 3 + 2 + 2 = 5 + 2 = 7 ഇഷ്ടിക.

2, 3 എന്നീ ആകൃതികളിൽ മറഞ്ഞിരിക്കുന്ന ത്രികോണം (ചെരിഞ്ഞപ്രതലം) എന്ന കർണം ശ്രദ്ധിക്കുക. വാസ്തുവിന്റെ ഈ നിയമം തന്നെ ഖഗോള ശാസ്ത്രത്തിലും ഉപയോഗിക്കാമെന്ന് കാണുക.

രേഖീയമല്ലാത്ത (nonlinear) ബന്ധങ്ങൾ

ഒരു നേർരേഖയായി അവതരിപ്പിക്കാവുന്ന ആൾജിബ്രാസംവേദനമാണ് രേഖീയബന്ധം.

x	1	2	3	4	5	6
y	1	4	9	16	25	36

നമ്മൾ നേരത്തെ തുടക്ക/ഒടുക്ക സംഖ്യകളായി അവതരിപ്പിച്ചതാണ് ഈ കാണിച്ചത്.

y എന്ന ഒടുക്കസംഖ്യകളിലെ വ്യത്യാസം നോക്കുക.

1
4 − 1 = 3
4
9 − 4 = 5
9
16 − 9 = 7
16
25 − 16 = 9
25
36 − 25 = 11
36

3, 5, 7, 9, 11...... അടുത്തത് 13 എന്ന് നമുക്ക് പ്രവചിക്കാവുന്ന ഒരു പാറ്റേൺ കാണാം. 13 + 36 = 49 എന്ന് അടുത്ത ഒടുക്കസംഖ്യ ഉൽപ്പാദിപ്പിക്കാനും കഴിയണം.

$49 = 7 \times 7$ ∴ അടുത്ത X =7

അപ്പോൾ $x \times ? = y$ എന്ന ചോദ്യം വരണം.

3, 5, 7, 9 11 എന്ന ആദ്യവ്യത്യാസസംഖ്യകളെ ഒന്നുകൂടി നിരീക്ഷിച്ചാൽ അതിൽ നിന്ന് രണ്ടാം വ്യത്യാസ സംഖ്യകൾ കിട്ടും.

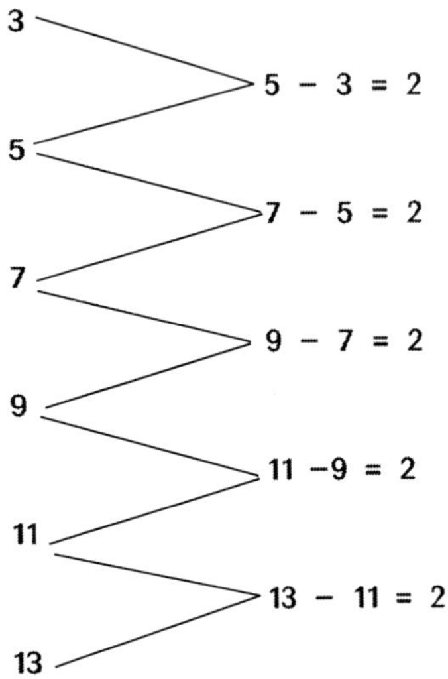

അതുകൊണ്ടാണ് $x \times x$ എന്ന് തുടക്കസംഖ്യയെ തുടക്കസംഖ്യ കൊണ്ടുതന്നെ ഗുണിച്ച് y എന്ന ഒടുക്കസംഖ്യ നമുക്ക് കാണാൻ കഴിയുന്നത്.

$x \times x = x^2$

$x^2 = y$ എന്ന സമവാക്യം

$1^2 = 1$

$2^2 = 4$

$3^2 = 9$

$4^2 = 16$ എന്ന് അങ്ങനെയാണ് കിട്ടുന്നത്.

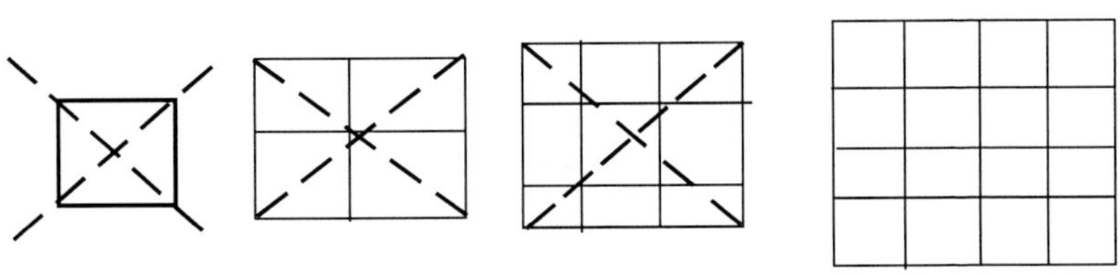

എന്നെഴുതുന്നതും ഇതും ഒന്നു തന്നെയാണ്.

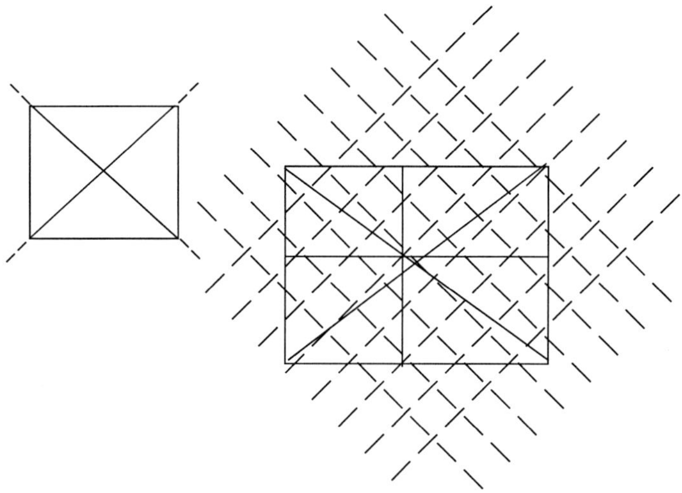

ഇങ്ങനെ രാശിമണ്ഡലരൂപമായും ഇതുതന്നെയാണ് സംവദിക്കപ്പെടുന്നത്.

ഒരു രേഖീയ ബന്ധത്തിന് ആദ്യത്തെ വ്യത്യാസങ്ങൾ ഒന്നാവണം. ഉദാ: –

പാറ്റേൺ സംഖ്യ n	കോൽസംഖ്യ m	ആദ്യ വ്യത്യാസം	രണ്ടാം വ്യത്യാസം
1	4	8	
2	12	12	4
3	24	16	4
4	40	20	4
5	60	24	4
6	84		

2–ാം വ്യത്യാസങ്ങൾ ഒന്നാണ്. അവ 2ന്റെ ഗുണിതവുമാണ്. ഇതിന്റെ പേരാണ് ക്വാഡ്രാറ്റിക് ബന്ധമെന്നത് (ഏറ്റവും കൂടിയ ശക്തി— power—2 ആവുന്നത്.)

n = പാറ്റേൺ സംഖ്യ, m = കോൽസംഖ്യ

n^2 = (പാറ്റേൺ സംഖ്യ)^2

$2n^2$ എന്ന് പട്ടിക രൂപത്തിൽ എഴുതാം.

n	m	n^2	$2n^2$
1	4	1	2
2	12	4	8
3	24	9	18
4	40	16	32
5	60	25	50
$5 \times 12 = 60$		5^5	2×25
പഞ്ചവർഷീയ പഞ്ചാംഗ യുഗസംഖ്യ	സൗരവർഷം	സംഖ്യതത്വം	അക്ഷരം

m (കോൽസംഖ്യ) കിട്ടാൻ $2n^2$ എന്ന കോളത്തിലെ സംഖ്യയോട് രണ്ടിന്റെ ഗുണിതം കൂട്ടണം എന്ന ബന്ധം ശ്രദ്ധിക്കുക.

2 + 2

8 + 4

18 + 6

32 + 8

50 + 10 എന്നിങ്ങനെ

അതായത് കോൽസംഖ്യയും പാറ്റേണുംതമ്മിലുള്ള ബന്ധം

$m = 2n^2 + 2n$ എന്നാണ്

(m = കോൽസംഖ്യ

n = പാറ്റേൺസംഖ്യ)

$m = (2 \times 3^2) + (2 \times 3)$

$= 18 + 6$

$= 24$

Exercise : (24 മണിക്കൂറിനെ 24 കോലായി വിചാരിച്ച് കാലത്തെ വൃത്ത ഗോളാകൃതിയിൽ അളന്നു നോക്കുന്നതായി സങ്കൽപ്പിച്ചു നോക്കുക.)

x	1	2	3	4	5
y	1	8	27	64	125

Ist വ്യത്യാസങ്ങൾ	**2nd വ്യത്യാസങ്ങൾ**
8 − 1 = 7	19 − 7 = 12
27 − 8 = 19	37 − 19 = 18
64 − 27 = 37	61 − 37 = 24
125 − 64 = 61	

3rd വ്യത്യാസങ്ങൾ

18 − 12 = 6

24 − 18 = 6

1, 2 വ്യത്യാസങ്ങൾ ഒരേ സംഖ്യയല്ല.

3-ാം വ്യത്യാസം എല്ലാം 6 തന്നെയാണ്. അതിനാൽ ഇതൊരു രേഖീയബന്ധം (ഒന്നാം ശക്തി – 1st Power) ആവാൻ വയ്യ; ക്വാഡ്രാറ്റിക് (സ്ക്വയർഡ്) ബന്ധവും ആവുകയില്ല. അപ്പോൾ ഇതെന്താണ്? ഒരു ക്യൂബിക് ബന്ധമാകുമോ?

ക്യൂബിക് ബന്ധം നേരത്തെ കണ്ടു. എന്നാലും ഒന്നുകൂടി ഓർക്കാൻ ഇവിടെ കാണിക്കുന്നു.

$1^3 = 1 \times 1 \times 1 = 1$

$2^3 = 2 \times 2 \times 2 = 8$

$3^3 = 3 \times 3 \times 3 = 27$

$x^3 = y$ എന്ന സമവാക്യമാണത്. ഇതാണ് ഒരു ക്യൂബിക് ബന്ധമെന്ന് മറന്നുപോകരുത്.

(27 നക്ഷത്രമുള്ള ഒരു രാശിചക്രം ഒരു ക്യൂബിക് ബന്ധം കൂടിയാണെന്ന് മനസിലാക്കുക.)

ഒരു ചെറിയ അന്വേഷണം

ഒരു വലിയ കല്ലിന് അപ്പുറവും ഇപ്പുറവുമായി കുറെ തവളകൾ. ഒരുവശത്ത് വലിയവ. മറുവശത്ത് ചെറിയവ.

താഴെപ്പറയുന്ന നിയമങ്ങൾ അനുസരിച്ച് മാത്രമേ ഒരുവശത്തുള്ള തവളകൾക്ക് മറുവശത്തേക്ക് cross ചെയ്യാനാവൂ

1. ഒരു സമയത്ത് ഒരു തവളയ്ക്കേ സഞ്ചരിക്കാനാവൂ.
2. ഒരു തവളയ്ക്ക് ഇടയിലുള്ള കല്ലിൽ ചാടിക്കയറി ഇരിക്കാം.
3. ഒരു തവളക്ക് മറ്റൊന്നിന്റെ മുകളിൽക്കൂടി ചാടി കടക്കാം.

3 തവളകളാണ് ഒരുവശത്ത്. 3 തവള മറുവശത്തും. എങ്കിൽ എത്ര മിനിമം ചാട്ടം കൊണ്ട് എല്ലാ വലിയ തവളയും ചെറുതവളകളുടെ ഭാഗത്തേക്കും എല്ലാ ചെറുതവളകളും വലിയ തവളകൾ ഇരിക്കുന്ന ഭാഗത്തേക്കും എത്തും?

5 തവള, 6 തവള, 10 തവള എന്നിങ്ങനെ സംഖ്യ മാറ്റിയാൽ ചാട്ടത്തിന്റെ എണ്ണം എത്രയാവും?

ഇവ രണ്ടും തമ്മിലുള്ള ആൾജിബ്രാബന്ധം (നിയമം) മനസിലാക്കാനാവുന്നുണ്ടോ?

ഇരുവശത്തും ഉള്ള തവളകളുടെ സംഖ്യ മാറ്റിയാൽ എന്തു സംഭവിക്കും?

നടുവിലെ കല്ലിന്റെ എണ്ണം കൂട്ടിയാൽ എന്തു സംഭവിക്കും?

(ചെസ്സിലെ കറുത്തതും വെളുത്തതുമായ കരുക്കളെ വലുതും ചെറുതും തവളയ്ക്കു പകരം വെച്ച് ഈ പരീക്ഷണം നടത്തിനോക്കുക.)

ട്യൂട്ടോറിയൽ

1. ഒരു രേഖീയ ബന്ധം (linear relationship) എന്നാൽ എന്ത്?
2. ഒരു ക്വാഡ്രാറ്റിക് ബന്ധം എന്നാലെന്ത്?
3. ഒരു ക്യൂബിക് ബന്ധമെന്നാൽ എന്ത്?
4. ഒന്നാമത്തെ വ്യത്യാസത്തിന്റെ (First difference) മാർഗം എങ്ങനെ വിശദമാക്കാം?
5. രണ്ടാമത്തെ വ്യത്യാസത്തിന്റെ മാർഗം (method of second difference) വെച്ച് ക്വാഡ്രാറ്റിക് ബന്ധം എങ്ങനെ വിശദമാക്കാം.

ചർച്ചാവിഷയം

ഡയറിയിൽ ഒരു ചെറിയ അന്വേഷണത്തിന്റെ വഴികൾ, അതു നിങ്ങൾ ചെയ്തവിധം, കണ്ടുപിടിച്ചത്–എല്ലാം എഴുതുക.

1. ഉദ്ദേശ്യം. 2. ഡാറ്റ 3. മാർഗം ഉൾപ്പെട്ടിരിക്കണം.

പ്രാക്ടിക്കൽ

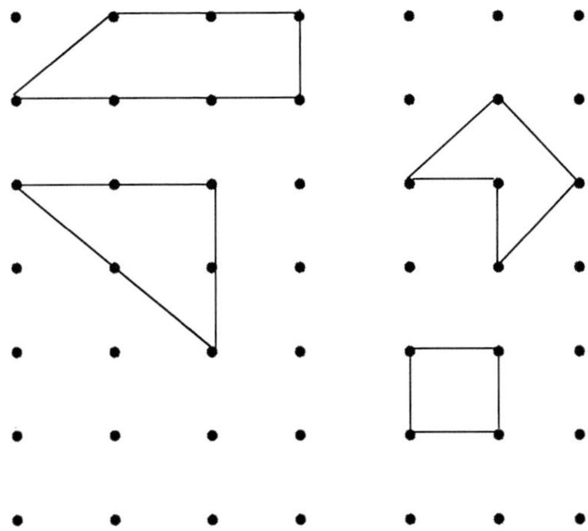

7 × 7 എന്ന ഈ ചതുരത്തിനകത്ത് എന്തെല്ലാം ജ്യാമിതീയ രൂപങ്ങൾ നമുക്ക് ഉൾക്കൊള്ളിക്കാം. ഇതുപോലെ 8 × 8, 9 × 9 ചതുരങ്ങളിൽ കണ്ടെത്തുക.

9 × 9 എന്ന ചതുരത്തെ വാസ്തുവിദ്യയിൽ, നടുവിൽ നടുമുറ്റം അഥവാ ഗർഭഗൃഹം (ബ്രഹ്മപദം) പുറം പ്രാസാദമെന്ന് 4 കെട്ട് രൂപത്തിലാക്കുക

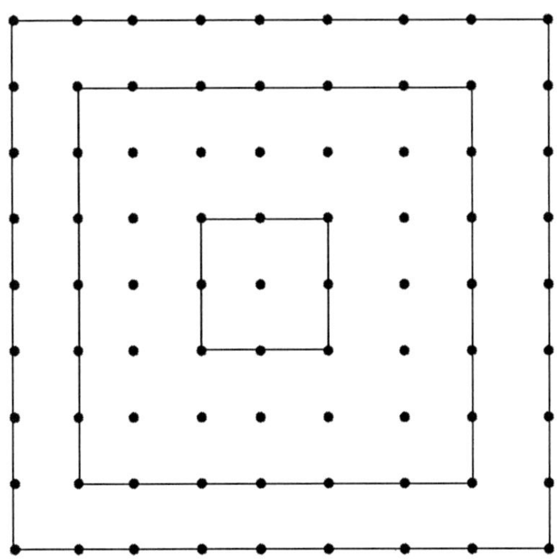

ഇതുപോലെ 64 (8 X 8) വെച്ച് ചെയ്തു നോക്കുക.

ഇങ്ങനെ ഉണ്ടാക്കിയ ആകൃതികളുടെ ക്ഷേത്രഫലം അവയുടെ പരിധിയിലെ ആകെ ബിന്ദുക്കൾ എന്നിവ എത്ര?

ഒരു പട്ടിക രൂപത്തിൽ ഇത് രേഖപ്പെടുത്തുക (താഴെ കാണുന്ന മാതൃകയിൽ).

Shape	Area	ബിന്ദു / പരിധിയിൽ
1	......	......
2	....	....
3	....	......

Area = X

ബിന്ദു = Y

ഇങ്ങനെ X, Y തമ്മിലുള്ള ബന്ധം സമവാക്യമായി കണ്ടുപിടിക്കുക.

പരിധിയിലെ ബിന്ദുവും area യും തമ്മിലുള്ള സംബന്ധത്തിന്റെ സാമാന്യനിയമം മനസിലാക്കുക.

7 X 7 ലെ ചെറിയ □ ചതുരത്തിനകത്ത് ബിന്ദുവില്ല. 8 X 8 ന്റെ നടുവിലെ ചെറിയ ചതുരത്തിനകത്ത് ഒരു ബിന്ദുവുണ്ട് ⊡ . ഇവയുടെ ഏരിയ, പരിധിയിലെ ബിന്ദു തമ്മിലുള്ള ബന്ധം തമ്മിൽ എന്താണ് വ്യത്യാസം?

2 ബിന്ദു അകത്തുള്ള ചതുരം, 3 ബിന്ദു അകത്തുള്ള ചതുരം എന്ന് ഓരോന്നിന്റെയും കാണുക.

5

ഋണസംഖ്യയുള്ള ഒരു സമവാക്യം എങ്ങനെ തെളിയിക്കും?

ഉദാ: $4x - 13 = -1$

+13 രണ്ടുവശത്തും വയ്ക്കുക.

$$(4x - 13) + 13 = -1 + 13$$

$$4x = 12$$

$$\therefore x = 3$$

$$4 \times 3 = 12$$

Exercise

1. $2x - 3 = 1$
2. $4x - 8 = 28$
3. $5f - 5 = 30$
4. $5x - 10 = 25$
5. $6r - 6 = 30$
6. $8t - 7 = 1$
7. $9p - 1 = 17$
8. $7r - 1 = 20$
9. $8y - 2 = 78$
10. $6r - 4 = 50$

സമവാക്യത്തിന്റെ ഇരുവശത്തും അറിയാത്ത സംഖ്യ (x) ഉണ്ടെങ്കിൽ എങ്ങനെ സമീപിക്കും?

ഉദാ: $4x \times 4 = X + 16$

X നെ അതിന്റെ ഏറ്റവും ചെറിയ coeffiecent ൽ നിന്ന് ഒഴിവാക്കലാണ് ആദ്യത്തെ പടി.

x എന്നത് 4x നേക്കൾ ചെറുതാണ്. അതിനാൽ

$4X + 4 - X = X + 16 - X$

$3X + 4 = 16$

$\therefore X = 4$

$3 \times 4 + 4 = 16$

$4X \times 4$ എന്നാൽ അപ്പോൾ 20 ആണ്.

$X + 16$ എന്നാലും 20 തന്നെ.

$4X \times 4 = X + 16 = 20$

$X = 4$ എന്ന ഉത്തരം ശരിയാണെന്ന് നാം തെളിയിച്ചിരിക്കുന്നു.

Exercise

1. $5X - 4 = 4X + 1$
2. $9y + 17 = 14y + 7$
3. $4t + 5 = 6t - 3$
4. $8a + 5 = 3a + 50$
5. $6y + 7 = 7y$

ആൾജിബ്രയിലെ ബ്രാക്കറ്റ് 'ഗുണിക്കുക' എന്നർഥമാണ് സൂചിപ്പിക്കുന്നത്.

$3(X + 4)$ എന്നാൽ

$3 \times X$

3×4 എന്നിവ തമ്മിൽ കൂട്ടുക എന്നതാണ്

$\therefore 3X + 12$ എന്നാണ്.

ബ്രാക്കറ്റിനെ വികസിപ്പിക്കുക (expand Brackets) എന്നാൽ എന്ത്?
$3(X + 4)$ നെ, $3X + 12$ എന്നാക്കുന്ന പ്രക്രിയ തന്നെ.

Exercise

താഴെ കാണുന്നവയിലെ ബ്രാക്കറ്റുകൾ വികസിപ്പിക്കുക.

1. $8(c + 6)$
2. $2(a + 3)$
3. $6(t + 5)$
4. $5(w - 8)$
5. $3(r - 9)$
6. $6(y - 7)$
7. $4(y - 5)$
8. $3(2t - 6)$
9. $5(7y - 6)$
10. $7(7t + 7)$

ഹരണം ഉള്ള സമവാക്യങ്ങൾ എങ്ങനെ നിർധാരണം ചെയ്യാം?

ഹരിക്കുമ്പോൾ സംഖ്യയെ ഫ്രാക്ഷൻ ആയെഴുതും. താഴെയുള്ള സംഖ്യ (denominator) ആണ്. ഹരിക്കുന്നവൻ/ഹരി/ഹരൻ– ഇത് കണ്ടെത്തുന്നതിന് നിങ്ങൾക്ക് ഗുണനം ചെയ്യേണ്ടിവരും.

$^4/_x = 5$ ഹരിക്കുന്നതിനെക്കൊണ്ട് ഇരുവശവും ഗുണിക്കുക. അപ്പോൾ

$^4/_x \times = 5 \times X$ എന്നാവും.

$\therefore\ 4 = 5X$

ഇനി 5 കൊണ്ട് ഇരുവശവും ഹരിക്കുക.

$^4/_5 \quad = {}^{5X}/_5$

$= \quad ^4/_5 \quad = X$

X ന്റെ മൂല്യം 4/5 എന്ന് കിട്ടും.

ട്യൂട്ടോറിയൽ

1. $k + 7 = 10$
2. $y + 9 = 19$
3. $v + 2 = 15$
4. $m + 3 = 7$
5. $f + 7 = 12$
6. $x - 10 = 30$
7. $v - 7 = 19$
8. $c - 8 = 9$
9. $m - 31 = 17$
10. $k - 41 = 15$
11. $7y = 49$
12. $7\ m = 35$
13. $6n = 36$
14. $9y = 27$
15. $14\ y = 28$
16. $x/3 = 9$
17. $m/5 = 8$
18. $t/7 = 3$
19. $y/6 = 8$
20. $t/12 = 5$
21. $8\ (c + 6) = 22$
22. $2\ (a + 3) = 18$
23. $6\ (t + 5) = 51$
24. $5\ (u - 8) = 45$
25. $3\ (r - 9) = 27$

6

ബ്രാക്കറ്റുകൾ വികസിപ്പിക്കുന്നത്

ഉദാ: $(X + 4)(X + 3)$

	X	4
X	•	
3		

മുകളിലെ ഇടത്തെ കള്ളി ചതുരമാണ്. അതിന്റെ നീളവും വീതിയും X തന്നെയാകയാൽ

∴ അതിന്റെ ഏരിയ = X^2

ഇതേ ക്രിയ മറ്റു 3 ദീർഘ ചതുരങ്ങളിൽ ചെയ്താൽ

X^2	4X
3X	12

എന്നു കിട്ടും.

ഇതിനെ $X^2 + 4X + 3X + 12$ എന്നെഴുതാം. മധ്യത്തിലെ രണ്ടു സംഖ്യ ഒരുപോലെയാണ്. അതിനാൽ അവ കൂട്ടി എഴുതാം. 7x.

അപ്പോൾ ഉത്തരം = $X^2 + 7X + 12$

∴ **സമവാക്യം**

$(X + 4)(X + 3) = X^2 + 7X + 12$

ചിത്രം ഇല്ലാതെയും ചിത്രത്തിന്റെ സഹായത്തോടെയും ഇത് കണ്ടുപിടിക്കാൻ കഴിയും.

ചിത്രങ്ങൾ വെച്ചു പഠിച്ചാൽ തത്വം പെട്ടെന്ന് മനസിലാക്കും. ചിത്രം ഒരു സിംബൽ (മുദ്ര) ആണ്. അത് മസ്തിഷ്കത്തിന്റെ ദർശനശക്തി (Power of Perception) വർധിപ്പിക്കും.

ആൾജിബ്രയിൽ സാധർമ്യ വൈധർമ്യങ്ങൾ

സാധർമ്യമുള്ള സംഖ്യ എന്നാൽ ഒരുപോലുള്ളത്. അവയെ കൂട്ടുക, കിഴിക്കുക, ഗുണിക്കുക, ഹരിക്കുക എന്നീ ക്രിയകൾക്കു വിധേയമാക്കാം.

വൈധർമ്യമുള്ളവ - വ്യത്യസ്ത ധർമുള്ളവ - വ്യത്യാസമുള്ളവ. അവയെ ഈ ക്രിയകൾക്കു വിധേയമാക്കാനാവില്ല.

ഉദാ: 3 കോഴിയേയും 6 ആനയേയും സംയോജിപ്പിക്കാനോ കിഴിക്കാനോ ഒന്നും പറ്റില്ല.

9 കോഴിയാന, 3 ആനക്കോഴി എന്ന് ഉണ്ടാക്കാനാവില്ല. അതുപോലാണ് സംഖ്യകളേയും കരുതേണ്ടത്.

$a + a = 2a$

$b + b + b = 3b$

ഇവ സാധാർമ്യസംഖ്യകളാണ്

B എന്നും b എന്നും എഴുതിയാൽ അവ ഒന്നല്ല.

x^2 എന്നും x എന്നും എഴുതിയാൽ അവ ഒന്നല്ല.

$X \times y$ എന്നത് xy എന്നും $a \div b$ എന്നത് a / b എന്ന ഫ്രാക്ഷനായും നാം എഴുതുന്നു. ഇവയെല്ലാം വൈധർമ്യമുള്ളവയാണ്.

$(x + 1)(x + 3)$ ബ്രാക്കറ്റ് നിർധാരണം ചെയ്യുക.

	x	+ 1
x	x^2	x
+3	3x	3

$\therefore x^2 + 4x + 3$ ആണ് ഉത്തരം.

Exercise A

1. $(x + 2)(x + 3)$
2. $(x + 1)(x + 5)$
3. $(y + 3)(y + 4)$
4. $(x - 2)(x + 5)$
5. $(x + 5)(x - 3)$
6. $(m + 7)(m - 3)$
7. $(v + 4)(v - 3)$
8. $(z - 8)(z - 7)$
9. $(a - 7)(a - 5)$
10. $(d + 6)(d + 7)$

Exercise B

1. $(2x + 1)(x - 4)$
2. $(3x + 4)(x - 1)$
3. $(3d - 4)(4d - 3)$
4. $(3f - 5)\ 4f + 6)$
5. $(7g - 5)(g - 6)$
6. $(4 - x)(6 - x)$
7. $(6 - y)\ (7 - y)$
8. $(9 + t)(t^2 + 4)$
9. $(14 - y)(12 + 2y)$
10. $3\ (4y - 3)(5y + 4)$

സ്ക്വയറിനെ വികസിപ്പിക്കുന്നത്

$(x + 5)^2$. ഇതൊരു സ്ക്വയർഡ് സംഖ്യയാണ്. ഇതിനെ വികസിപ്പിക്കണം.

$(x + 5)(x + 5)$ ആണ് $(x + 5)^2$

ഇതിനെ $x^2 + 5x + 5x + 25$ എന്നെഴുതാം.

$x^2 + 10x + 25$ ആണ് ഉത്തരം.

സമവാക്യം

$(x + 5)^2 = x^2 + 10x + 25$

Exercise

1.	$(x + 4)^2$	11.	$(x + 3)^2$
2.	$(f + 5)^2$	12.	$(x + 1)^2$
3.	$(x - 3)^2$	13.	$(x - 5)^2$
4.	$(d + 7)^2$	14.	$(3x + 2)^2$
5.	$(m + 2)^2$	15.	$(4y + 1)^2$
6.	$(g - 3)^2$	16.	$4(x + 6)^2$
7.	$(x + 1)^2 + (x - 2)^2$	17.	$2(x + 1)^2$
8.	$(k + 6)^2 + (k + 8)^2$	18.	$6(x + 3)^2$
9.	$(y - 4)^2 + (y + 6)^2$	19.	$5(x + 2)^2$
10.	$(x + 2)^2 + (3x - 4)^2$	20.	$5(y + 7)^2$

ബ്രാക്കറ്റുകൾ വികസിപ്പിക്കാൻ പഠിച്ചുകഴിഞ്ഞാൽ നമുക്ക് ചില തരം സമവാക്യങ്ങൾ നിർധാരണം ചെയ്യാം.

ഉദാ: 1.

$$x^2 + 4 = (x + 1)(x + 3)$$

സമവാക്യത്തിന്റെ വലത്തുഭാഗം നമുക്ക് വികസിപ്പിക്കണം. പിന്നീട് സാധർമ്യമുള്ളതെല്ലാം കണ്ടെടുത്ത് സമവാക്യത്തെ ഒന്നു പരിഷ്കരിച്ച് എഴുതണം.

ആദ്യത്തെ പടി: ബ്രാക്കറ്റ് വികസനം

$$(x + 1)(x + 3)$$
$$x^2 + 3x + x + 3$$
$$= x^2 + 4x + 3$$

രണ്ടാമത്തെ പടി : ഇരുവശത്തുനിന്നും x^2 മാറ്റുക. (സാധർമ്യമുള്ള സംഖ്യ)

$$x^2 + 4 - x^2 = x^2 + 4x + 3 - x^2$$
$$4 = 4x + 3$$

മൂന്നാമത്തെ പടി : x ന്റെ മൂല്യം കാണാൻ ഇരുവശത്തു നിന്നും 3 കിഴിക്കുക.

$$4 - 3 = 4x + 3 - 3$$
$$1 = 4x$$

ഇരുവശവും 4 കൊണ്ട് ഹരിക്കുക.

$\frac{1}{4} = {}^{4x}/_{4}$

$\frac{1}{4} = x$

¼ ഒരു ആദ്യത്തെ സമവാക്യത്തിലെ x നു പകരം വെച്ച് നോക്കുക.

$x^2 + 4 = (x + 1)(x + 3)$

$(\frac{1}{4}) + 4 = (\frac{1}{4} + 1)(\frac{1}{4} + 3)$

${}^{1}/_{16} + 4 = {}^{5}/_{4} \times {}^{13}/_{4}$

$4\,{}^{1}/_{16} = {}^{65}/_{16} = 4\,{}^{1}/_{16}$

അതായത് നമ്മുടെ മാർഗവും ഉത്തരവും ശരിയാണെന്ന് നാം തെളിയിച്ചു.

ഉദാ. 2.

$x^2 + 29 = (x + 1)(x + 4)$

ആദ്യത്തെ പടി:

വലതുവശത്തെ Expand ചെയ്യുക.

$x^2 + 29 = x^2 + 4x + x + 4$

$= x^2 + 5x + 4$

രണ്ടാമത്തെ പടി:

ഇരുവശത്തു നിന്നും x^2 മാറ്റുക

$x^2 - 29 - x^2 = x^2 + 5x + 4 - x^2$

$29 = 5x + 4$

മൂന്നാമത്തെ പടി:

ഇരുവശത്തുനിന്നും 4 കിഴിക്കുന്നു

$29 - 4 = 5x + 4 - 4$

$25 = 5x$

ഇരുവശവും 5 കൊണ്ട് ഹരിക്കുക.

$25/5 = 5x/5$

$= 5 = x$

x ന്റെ സ്ഥാനത്ത് 5 വെച്ച് സമവാക്യമെഴുതുക.

$5^2 + 29 = (5 + 1)\ (5 + 4)$

$25 + 29 = (6) \times (9)$

$54 = 54$

തുലാസിൽ രണ്ടു തട്ടും ഒരുപോലെയായി. അതിനാൽ നമ്മളുടെ മാർഗവും ഉത്തരവും സത്യമെന്ന് തെളിയിക്കപ്പെട്ടു.

ഉദാ: 3.

$3x^2 + 21 = (x + 7)(3x + 5)$

മുൻപറഞ്ഞ അതേപടികൾ തന്നെ.

1. $3x^2 + 21 = 3x^2 + 5x + 21x + 35$

   $= 3x^2 + 26x + 35$

2. ഇവിടെ x^2, x എന്നിവ സാധർമ്യമുള്ളതല്ല. വൈധർമ്യമുള്ളതാണ്. അതിനാൽ കൂട്ടാനോ കുറയ്ക്കാനോ കഴിയില്ല.

3. 21 ഏറ്റവും ചെറിയ സംഖ്യ. അത് ഇരുവശത്തുനിന്നും കിഴിക്കുന്നു.

$3x^2 + 21 - 21 \quad = \quad 3x^2 + 26x + 35 - 21$

$= \quad 3x^2 = 3x^2 + 26x + 14$

ഇനി $3x^2$ നെ ഇരുവശത്തുനിന്നും കിഴിക്കാം.

$3x^2 - 3x^2 \quad = \quad 3x^2 + 26x + 16 - 3x^2$

$0 \quad = \quad 26x + 14$

ഇരുവശത്തുനിന്നും 14 കിഴിക്കുക.

$0 - 14 = 26X + 14 - 14$

$-14 = 26X$

ഇരുവശവും 26 കൊണ്ട് ഹരിക്കുക

$-14/26 = 26X/26$

$-14/26 = X$

$X = -{}^{7}/_{13}$

ശരിയോ എന്ന് പരിശോധിക്കുക.

Exercise

1. $x^2 + 1 = (x + 1)(x + 5)$
2. $x^2 + 9 = (x + 3)(x - 1)$
3. $x^2 - 7 = (x - 7)(x + 3)$

4. $(y-2)(y+3) = (y-7)(y+7)$
5. $(y-4)(y+3) = y^2 + 2y - 14$
6. $x(2x+7) = 2x^2 - 8$
7. $x^2 - (x+1)^2 = 9x - 2$
8. $(2x-1)(x+3) = (2x-3)(x-1)$
9. $x^2 - 4 = O$
10. $x^2 - 9 = 0$

(അവസാനത്തെ രണ്ടെണ്ണം ബുദ്ധിമുട്ടായി തോന്നിയാൽ രണ്ടു സ്ക്വയറുകളുടെ വ്യത്യാസം നോക്കി മനസിലാക്കുക)

രണ്ടു സ്ക്വയറുകളുടെ വ്യത്യാസം മനസിലാക്കുംമുമ്പ് നമുക്ക് സംഖ്യകളുടെ Factorising ഗ്രഹിക്കണം. ബ്രാക്കറ്റ് വികസിപ്പിക്കുന്ന ക്രിയയുടെ, വിപരീതക്രിയയാണത്. നാം ബ്രാക്കറ്റുകൾ ഉണ്ടാക്കുകയാണ് ചെയ്യുന്നത്. സംഖ്യകളെ പരിഛേദിക്കുകയാണ് ചെയ്യുന്നത്.

ഉദാ: 1.

$6y + 4$ നെ എങ്ങനെ പരിഛേദിക്കാം?

6, 4 ഇവയിൽ രണ്ടിലും പോകുന്ന ഏറ്റവും വലിയ സംഖ്യയായ 2 കൊണ്ട് വേണം വലത്തെ ഭാഗം ഉണ്ടാക്കാൻ.

$6y + 4 = 2\,(? + ?)$

2 നെ ഏതുകൊണ്ട് ഗുണിച്ചാൽ $6y$ കിട്ടും? $3y$ കൊണ്ട്.

അപ്പോൾ,

$6y + 4 = 2\,(3y + ?)$ എന്നായി

2 നെ 2 കൊണ്ട് ഗുണിച്ചാലേ ഇടത്തുവശത്തെ 4 കിട്ടൂ.

$\therefore\ 6y + 4 = 2\,(3y + 2)$

ഉദാ: 2.

$3xy + 6y^2$ എങ്ങനെ പരിഛേദിക്കാം. ഏതു വലിയ സംഖ്യയും ഏതു സാധർമ്യ അക്ഷരവും ആദ്യം നീക്കാം? 3, y എന്നിവ.

$\therefore\ 3xy + 6y^2 = 3y\,(? + ?)$

$3y$ എന്നതിനെ ഏതു സംഖ്യകൊണ്ട് ഗുണിച്ചാൽ $3xy$ കിട്ടും? x കൊണ്ട്.

അപ്പോൾ,

$3xy + 6y^2 = 3y\,(x + ?)$

3y യെ എന്തുകൊണ്ട് ഗുണിച്ചാൽ $6y^2$ കിട്ടും?

$$2 \times 3 = 6$$

$$y \times y = y^2$$

$\therefore$ 2y കൊണ്ട് ഗുണിക്കണം

$\therefore 3xy + 6y^2 = 3y\,(x + 2y)$

ഉദാ: 3

$4x^2 + 5x$

x ആണ് ഒരുപോലുള്ളത്. അതിനെ ഇരുവശത്തു നിന്നും കിഴിക്കാം.

$\therefore 4x^2 + 5x = x\,(? + ?)$ എന്നെഴുതുക.

എന്തുകൊണ്ട് xനെ ഗുണിച്ചാൽ $4x^2$ കിട്ടും?

4x കൊണ്ട്.

$4x^2 + 5x = x\,(4x + ?)$

ബ്രാക്കറ്റിനു പുറത്തെ x നെ 5 കൊണ്ടു ഗുണിച്ചാലേ ഇടതുവശത്തെ 5x കിട്ടൂ.

$\therefore 4x^2 + 5x = x\,(4x + 5)$

Excercise

1. $8x + 6y$	$= 2\,(4x + ?)$	6. $9x - 27\,y$	$= (\ )$
2. $9y + 12z$	$= 3\,(? + 4z)$	7. $27x - 81y$	$=$
3. $10x + 5y$	$= 5\,(? + y)$	8. $3x\,a - 25\,b$	$=$
4. $4a + 16\,b$	$= 4\,(? + ?)$	9. $6x^2 - 15\,x$	$=$
5. $10x + 15\,y$	$= (+)$	10. $7m^2 - 49m$	$=$

രണ്ടു സ്ക്വയറുകളുടെ വ്യത്യാസം

ഇതൊരു സ്പെഷ്യൽ പരിഛേദം (Fractionistation) ആണ്. ഒരു സംഖ്യയെ അതുകൊണ്ടുതന്നെ ഗുണിച്ചാലേ സ്ക്വയർ കിട്ടുകയുള്ളൂ. എന്നറിയാമല്ലോ. അതുപോലെ ഒരക്ഷരത്തെ അതുകൊണ്ടുതന്നെ ഗുണിച്ചാലേ ആർജിബ്രയിൽ x^2, y^2 എന്നിവ കിട്ടൂ.

വ്യത്യാസമെന്നാൽ ഗണിതത്തിൽ 'കിഴിക്കൽ' ആണ്. അപ്പോൾ നമുക്കിവിടെ ചെയ്യാനുള്ളത്,

1. രണ്ടും ഒരുപോലെ squares ആണോ?

2. ഇവിടെ കിഴിയ്ക്കൽ എന്ന ക്രിയ ചെയ്യാനുണ്ടോ?

$m^2 - 25$, m^2, 25 രണ്ടും square

ഇവിടെ '–' ചിഹ്നമുണ്ട്.

അതിനാൽ ഇതൊരു സ്ക്വയറുകളുടെ വ്യത്യാസമെന്ന പരിച്ഛേദമാണ്.

ഇതിന്റെ മാർഗമെന്ത്?

രണ്ടുസ്ക്വയറുടെ വ്യത്യാസം = $(\sqrt{Ist} + \sqrt{2nd})\ (\sqrt{Ist} - \sqrt{2nd})$

$\sqrt{\ }$ എന്നാൽ square root of അഥവാ വർഗമൂലം

$m^2 - 25 = (m + 5)\ (m - 5)$

Exercise

1. $x^2 - y^2$
2. $t^2 - y^2$
3. $a^2 - b^2$
4. $a^2 - 1$
5. $9g^2 - h^2$
6. $16x^2 - y^3$
7. $x^2 - 1/4$
8. $9a^2 - 16b^2$
9. $9y^2 - z^2$
10. $16a^2 - 9/25b^2$

ഋണങ്ങളെ സ്ക്വയർ ചെയ്യുന്നത്

ഇതിനുള്ള ലളിതനിയമങ്ങൾ:

1. ഒരേ സിംബലുള്ള രണ്ടെണ്ണത്തെ ഗുണിച്ചാൽ എപ്പോഴും + ഉത്തരം കിട്ടും.

   $(+1 \times +1)$ എന്നും

   (-1×-1) എന്നും ചെയ്താൽ

   +1 തന്നെ ഉത്തരം.

2. എന്നാൽ രണ്ടു സിംബലുള്ള രണ്ടെണ്ണത്തെ ഗുണിച്ചാൽ

   ഉത്തരം -ve,

   + 1 നെ –1 കൊണ്ടു ഗുണിച്ചാൽ –1

   അതായത്,

+	×	+	സദാ +
−	×	−	സദാ +
+	×	−	സദാ −
−	×	+	സദാ −

ക്വാഡ്രാട്ടിക്കുകളുടെ പരിഛേദം

ഏറ്റവും വലിയ ശക്തി (Power) 2 ആയതാണ്.

ക്വാഡ്രാട്ടിക് എന്നതിനാൽ അതിൽ ഒരു സ്ക്വയർ ഉണ്ടാവണം. ക്വാഡ്രാറ്റിക് സമവാക്യങ്ങൾക്ക് 2 വിധം പ്രശ്ന പരിഹാരം സാധിക്കുമെന്ന് അതിന്റെ നിർവചനത്തിൽ നിന്നറിയണം. ഒരു വഴി ഗ്രാഫുകളിലൂടെ. മറ്റൊന്ന് ഈ അധ്യായത്തിൽ തരുന്നു. (ഇതും അടുത്തൊരു അധ്യായത്തിലെ ഗ്രാഫും തമ്മിലുള്ള ബന്ധം പിന്നീട് കണ്ടുപഠിക്കാനുണ്ട്.

$$a \times b = 0$$

എന്നതിന്റെ അന്വേഷണം, ഉത്തരം പൂജ്യം. അതിനാൽ ഒന്നുകിൽ a, അല്ലെങ്കിൽ b പൂജ്യമാവണം.

ക്വാഡ്രാട്ടിക് സമവാക്യത്തിന്റെ ഫാക്ടറൈസേഷൻ:–

ഉദാ: 1. $ax^2 + bx + c$. എന്നത് നോക്കുക.

a = പൂജ്യമല്ല. b, c എന്നിവയും സംഖ്യകളാണ്. ഈ സമവാക്യത്തെ 2 ഫാക്ടറുകളുടെ ഗുണിതമായി നമുക്ക് സംവദിക്കണം. ഇത് expansion ന്റെ വിപരീതക്രിയയാണെന്ന് നേരത്തെ പറഞ്ഞത് ഓർക്കുക.

b, c എന്നിവ ധനം (+) ആണ്. അത്തരം ഒരുദാഹരണം നോക്കാം.

ഉദാ: 1. $x^2 + 5x + 6$

ഇതിനെ (x + ?) (x + ?) എന്ന് നിർധാരണം ചെയ്തെഴുതണം, നമുക്ക്,

$$(x + ?)\,(x + ?)$$

$$x^2$$

6 എന്ന സ്ഥിരസംഖ്യ '?' എന്ന സംഖ്യ ഏതാവാം എന്നതിനുള്ള ഒരു സൂചന തരുന്നു. 2 സംഖ്യകൾ തമ്മിൽ ഗുണിച്ചാൽ 6 എന്നുത്തരം കിട്ടണമെന്നർഥം.

1, 6; 3, 2 എന്നിവയിലേതെങ്കിലുമൊന്നാവണം എന്ന് മനസിലായി.

ഇത് 5x എന്നതിലെ 5 നോട് ബന്ധപ്പെട്ടതാവണം. ∴ 3, 2 എന്നിവ യാണ് നമുക്ക് തെരഞ്ഞെടുക്കേണ്ടത്, 1, 6 അല്ല.

∴ $x^2 + 5x + 6 = (x+3)(x+2)$ ആണ്.

ഉദാ: 2.

$x^2 + 5x + 4 = (? + ?)(? + ?)$

ഉത്തരം = $(x+1)(x+4)$

ഈ ഉത്തരം എങ്ങനെ കിട്ടി?

Exercise

താഴെ കാണുന്നവയെ പരിഛേദിക്കുക

1. $x^2 + 9x + 20$
2. $x^2 + 12x + 35$
3. $x^2 + 17x + 60$
4. $x^2 + 10x + 21$
5. $x^2 + 16x + 15$
6. $x^2 + 8x + 15$
7. $x^2 + 11x + 18$
8. $x^2 + 12x + 11$
9. $x^2 + 8x + 12$
10. $x^2 + 14x + 45$

മറ്റൊരുതരം ക്വാഡ്രാറ്റിക്

$x^2 - bx + c$

ഇവിടെ ഒരു ഋണചിഹ്നമുണ്ട്. അതിനാൽ നമ്മുടെ ക്രിയ വ്യത്യസ്തമാണ്.

ഉദാ: 1.

$x^2 - 11x + 30$

$(x + ?)(x + ?)$

+30 ന്റെ വ്യത്യസ്തങ്ങളായ possibilityകൾ

+10 + 3

+15 + 2

+1 + 30

+5 + 6

പക്ഷേ '–' കിട്ടാൻ ഒരു $-11x$ന് $-^{ve}$ സംഖ്യ തന്നെ വേണം.

ഏതു രണ്ടു സംഖ്യകളാണ് ഗുണിച്ചാൽ 30 തന്ന്, കൂട്ടിയാൽ –11 തരിക? രണ്ടും ഋണസംഖ്യയായാലല്ലേ ഇത് സാധിക്കൂ? അപ്പോൾ –5, –6 ആവണം സംഖ്യകൾ

$$x^2 - 11x + 30 = (x - 6)(x - 5)$$

ഇത് ശരിയാണോ എന്ന് വലതുവശത്തെ സമവാക്യാർധം വികസിപ്പിച്ച് പരീക്ഷിക്കുക.

ആദ്യത്തെ ബ്രാക്കറ്റിലെ –6 രണ്ടാമത്തെ ബ്രാക്കറ്റിലെ x തമ്മിൽ ഗുണിച്ചതാണ് –6x

രണ്ടാമത്തെ ബ്രാക്കറ്റിലെ –5, ആദ്യത്തെ ബ്രാക്കറ്റിലെ x തമ്മിൽ ഗുണിച്ചത് –5x

$$-6 \times -5 = 30$$

ഉദാ: 2

$$a^2 - 5a + 6 = (a\ ?)(a\ ?)$$

+6 കിട്ടാൻ ഉപയോഗിക്കാവുന്നവ.

–1, –6

+1, +6

– 2, –3

+2, +3

– 5 കൂടി ഉള്ളതിനാൽ സംഖ്യ –2, –3 ആവണം.

ഇവ $x^2 - bx + c$ എന്ന ക്വാഡ്രാറ്റിക്കിനെ ഛേദിക്കുന്ന ഉദാഹരണങ്ങളാണ്. a, b, c എന്നിവ + പൂർണസംഖ്യകൾ. അവ $(x - \alpha)$ $(x - \beta)$ എന്ന് ഫാക്ടറൈസ് ചെയ്യുന്നു.

7

ആൾജിബ്രയും ഗ്രാഫും

ഒരു ഗ്രാഫ് ഉണ്ടാക്കാൻ ആദ്യം ഒരു പട്ടികയിൽ മൂല്യങ്ങൾ എഴുതണം. അതിന് x, y എന്നിവയുടെ പട്ടിക കാണണം.

x	1	2	3
y	2	3	4

y = x + 1 എന്ന സമവാക്യത്തിന്റെ ഗ്രാഫ് ഉണ്ടാക്കാനുള്ള table of values ആണത്.

ഇനി ഒരു ഋജുരേഖാ ഗ്രാഫ് വരയ്ക്കാം. (1, 2), (2, 3) (3, 4) എന്നിവ അതിൽ പ്ലോട്ട് ചെയ്യണം.

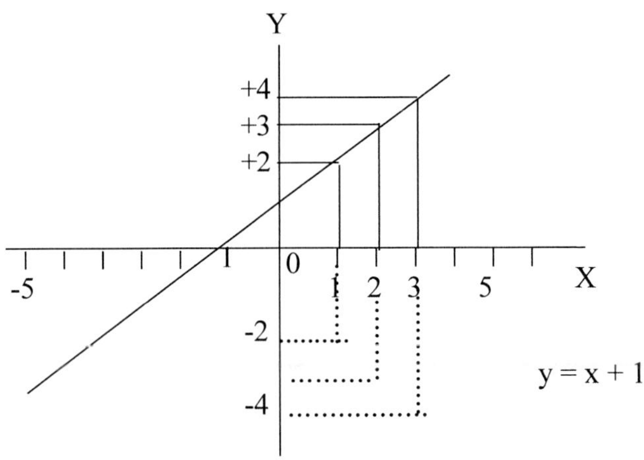

x രേഖയുടെ ഒരു ബിന്ദുവിൽ നിന്നും Y രേഖ മേൽ മുകളിലേക്കോ ചുവട്ടിലേക്കോ സഞ്ചരിക്കുമ്പോൾ എന്തു സംഭവിക്കുന്നു? Y രേഖമേലുള്ള മൂല്യം രേഖാബിന്ദുവിന്റെ മൂല്യത്തേക്കാൾ ഒന്നധികമാവുന്നു. ഇത് രേഖയിലെ ഏതു ബിന്ദുവിനും പൊതുനിയമമാണ്; മുകളിലേക്കു സഞ്ചരിക്കുമ്പോൾ.

താഴേയ്ക്കു സഞ്ചരിക്കുമ്പോഴോ?

Y = X - 1 എന്നാണ് കിട്ടുക.

ചർച്ച: അധ്യായം 4 ൽ കണ്ട രാശിചക്രമണ്ഡലം, അതിന്റെ ട്യൂട്ടോറിയലിൽ കണ്ട 9 × 9, 8 × 8 ചതുരങ്ങൾ എന്നിവയിൽ ഈ ഋജുരേഖാഗ്രാഫ് നിങ്ങൾക്ക് എങ്ങനെ ഉപയോഗപ്പെടുത്താനാവും എന്ന് നോക്കുക.

x+ 2 ആണ് y എങ്കിലോ? നമ്മൾ ഉണ്ടാക്കുന്ന പട്ടിക എങ്ങനെയിരിക്കും?

X	-2	-1	0	1
Y	0	1	2	3

x, y യിൽ നമ്മൾ പ്ലോട്ടു ചെയ്യുന്ന ബിന്ദുക്കൾ
(−2, 0), (−1 +1), (0, 2), (1, 3)

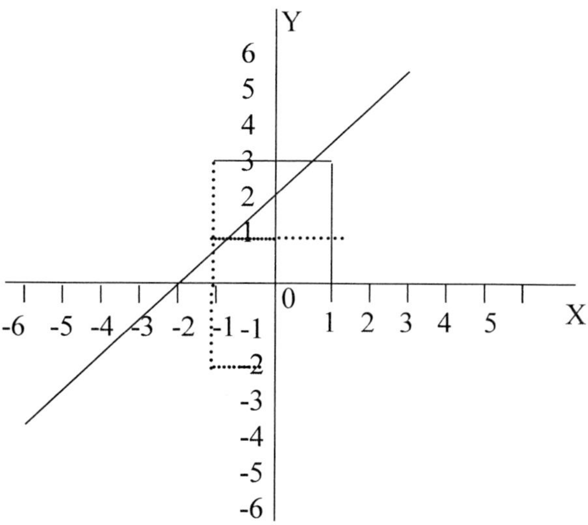

കഴിഞ്ഞ ഗ്രാഫു തന്നെയാണിത്. പക്ഷേ ഒരു വ്യത്യാസമുണ്ട് y രേഖമേൽ ഒരു ഭാഗം കൂടി മുകളിലേയ്ക്കു കയറിയിട്ടുണ്ട്.

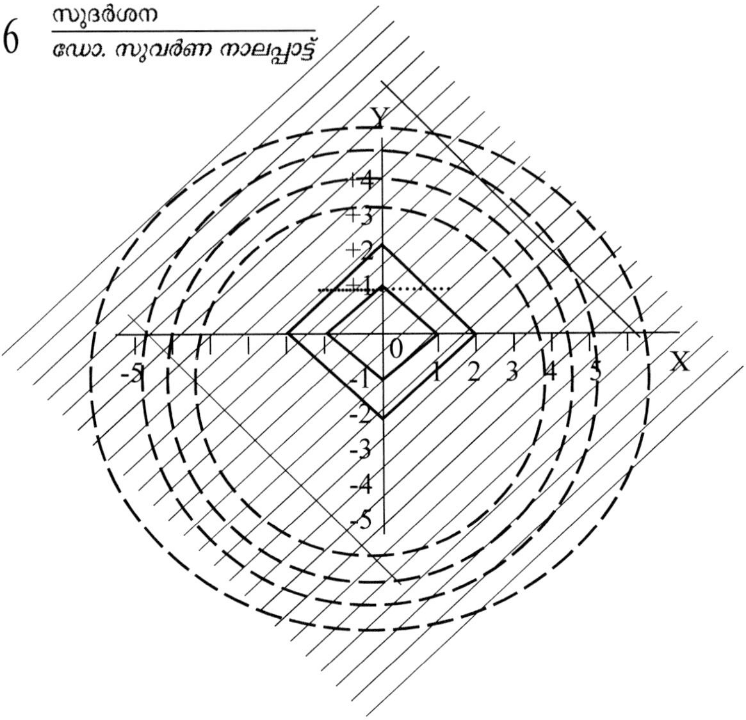

ഈ രണ്ടു ഗ്രാഫുകളും ചേർത്തു വച്ചാൽ ഇത് മനസിലാകും.

സമാന്തര രേഖകളായാണ് നാം ഗ്രാഫിൽ ഇവയെ വരയ്ക്കുന്നതെങ്കിലും ഗോളപ്രതലത്തിൽ അവ വളയുന്നു- സമാന്തരമല്ല.

സമാന്തരരേഖകൾ ഋജുരേഖകളാണ്. അവയ്ക്കെല്ലാം ഒരേ ചെരിവാണ്. ഈ ചെരിവിനെ ഇംഗ്ലീഷിൽ ഗ്രാഡിയന്റ് (gradient) എന്നു പറയുന്നു.

y ആക്സിസിലെ ദൂരത്തെ, x ആക്സിസിലെ ദൂരത്താൽ ഹരിച്ചതാണ് ചെരിവ് അഥവാ gradient.

രണ്ട് y മൂല്യം തമ്മിലുള്ള വ്യത്യാസം ഒരു അവരോഹണമായി വരയ്ക്കുമ്പോൾ +9y യിൽ നിന്ന് -8y യിലേക്ക് 9 – (–8) = 17 കിട്ടും.

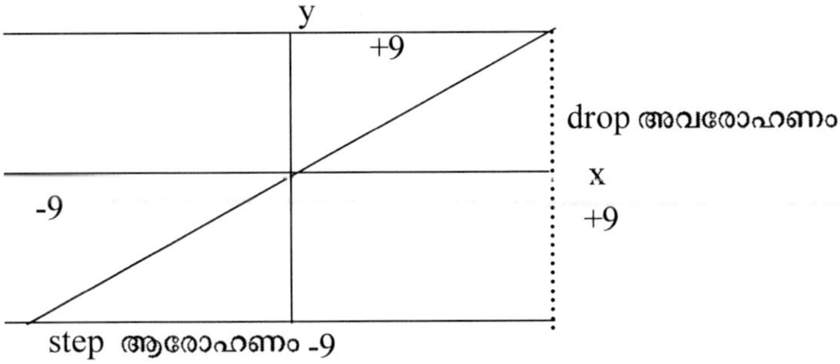

2x മൂല്യങ്ങളുടെ വ്യത്യാസം ആരോഹണമാണ് ഈ ഗ്രാഫിൽ അതും 17 തന്നെ.

ഗ്രേഡിയന്റ് = m

y = x + 1 എന്ന ഗ്രാഫിൽ

m = $\frac{\text{y യിലെ വ്യത്യാസം}}{\text{x ലെ വ്യത്യാസം}}$

= 17/17 = 1

1 ആണ് ഗ്രേഡിയന്റ് രേഖ. ഇങ്ങനെ എല്ലാ ഗ്രാഫുകളുടെയും ഗ്രേയിഡന്റ് കാണാം.

ഈ ഗ്രാഫിൽ y രേഖയിൽ കൂടി മുറിച്ചു കടന്നുപോകുന്ന ബിന്ദു ക്കളെ നിരീക്ഷിച്ചാൽ എന്തുകാണണം?

y = x - 1	–1ൽ മുറിച്ചു കടക്കുന്നു.
y = x	'0' ൽ " "
y = x + 1	+1 ൽ " "
y = x + 2	+2 ൽ " "

സമവാക്യത്തിലെ അവസാനസംഖ്യയിൽ നിന്ന് നമുക്ക് y രേഖ യിലെ ഏതു ബിന്ദുവിലൂടെ മുറിച്ചു കടക്കുമെന്നറിയാം.

ക്വാഡ്രാറ്റിക് സമവാക്യഗ്രാഫ്

ക്വാഡ്രാറ്റിക് സമവാക്യത്തിൽ X ന്റെ ഏറ്റവും വലിയ ശക്തി (power) 2 ആണ് എന്നോർമയുണ്ടല്ലോ. അപ്പോൾ ക്വാഡ്രാറ്റിക് സമവാ ക്യമെന്നാൽ ഏറ്റവും വലിയ ശക്തി 2 ആയ സമവാക്യം.

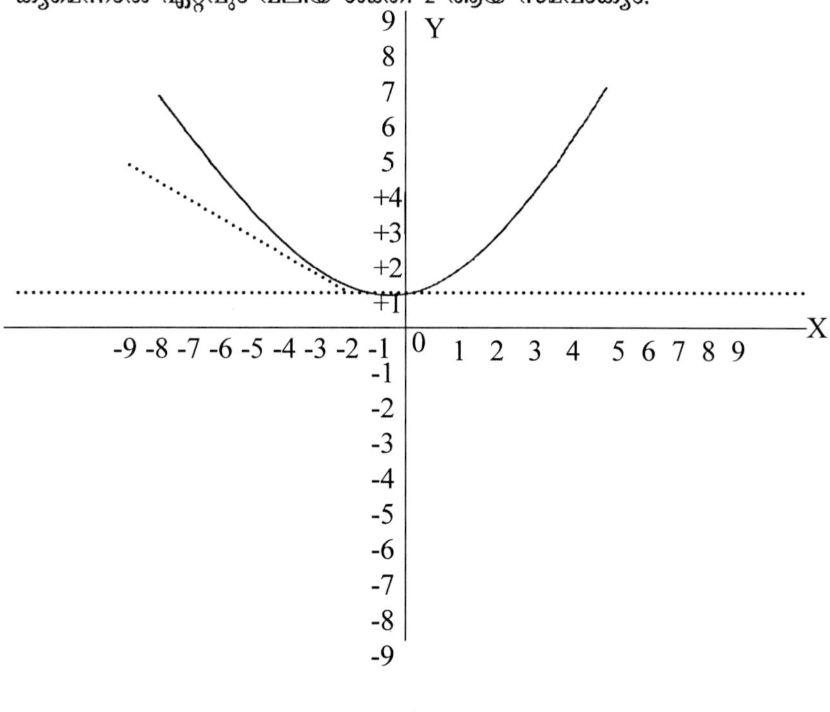

$y = ax^2 + bx + c$ എന്നതിന്റെ ഒരു ക്വാഡ്രാറ്റിക് ഗ്രാഫ് വരയ്ക്കാൻ ശ്രമിക്കാം.

$y = 1$ എങ്കിൽ x ഒരു വക്രരേഖമേൽ (curve) −1 അല്ലെങ്കിൽ +1 ൽക്കൂടി കടന്നുപോകും.

ഒരുനിമിഷം ആലോചിച്ചാൽ ഇതിന്റെ അർഥം മനസിലാവും.

$y = x^2, \quad x = 1$ എങ്കിൽ

$y = (-1) \times (-1) = +1$

$x = 1$എങ്കിലോ?

$y = (+1) \times (+1)$ = +1 അപ്പോഴും അതുതന്നെ

അതായത് $y = x^2$ എങ്കിൽ,

x -1 ആയാലും +1 ആയാലും $y = +1$ തന്നെ എന്നർഥം.

ക്വാഡ്രാറ്റിക് സമവാക്യങ്ങൾക്ക് രണ്ടുവിധം പരിഹാരം സാധിക്കുമെന്ന് കഴിഞ്ഞ അധ്യായത്തിൽ പറഞ്ഞത് ഓർമിക്കുന്നുണ്ടാവുമല്ലോ.

ഇന്ത്യയിലെ ഏറ്റവും പ്രാചീനമായ ആസ്ട്രോണമി ഗ്രന്ഥങ്ങളിലെല്ലാം ക്വാഡ്രാറ്റിക് സമവാക്യം ഉപയോഗിക്കുന്നുണ്ട്. അതിന്റെ പ്രാധാന്യം എന്താണ് എന്ന് മനസിലാകുന്നുണ്ടോ? എന്തിനാണ് ഗ്രാഫ് cartography ഖഗോളശാസ്ത്രം എന്നിവയിലെല്ലാം ഗണിതത്തിന്റെ സാമാന്യനിയമങ്ങൾ, ആൾജിബ്രാ സമവാക്യനിയമങ്ങൾ എന്നിവ ഒരു പ്രാചീനവർഗം (race) ഉപയോഗിച്ചത്? ആ പ്രാചീന വർഗത്തിന്റെ ബുദ്ധിശക്തിയെക്കുറിച്ച് എന്താണ് നിങ്ങൾക്കു തോന്നുന്നത്? ആ കൂട്ടരാണ് നമ്മൾ ഇന്ത്യക്കാർക്കെല്ലാം ജനിതകങ്ങൾ തന്ന പൂർവികരെന്നതിൽ അഭിമാനമോ സന്തോഷമോ ഉണ്ടോ? “ഇന്ത്യക്കാർ പൂജ്യം കണ്ടുപിടിച്ചു” എന്നു പഠിക്കുമ്പോൾ, ഈ പൂജ്യം 0, 1, 2, 3, 4..... എന്ന ഒരു ശ്രേണിയുടെ ആദ്യമായും

−4, −3, −2, −1, 0 എന്നതിന്റെ അന്ത്യമായും

...... −4, −3, −2, −1, 0 +1, +2, +3, +4.... എന്നതിന്റെ മധ്യമായും ആണ് അവർ ഉപയോഗിച്ചതെന്ന് ശ്രദ്ധിച്ചുവോ?

ആദി, അന്തം, മധ്യം എല്ലാം പൂജ്യം തന്നെ. അതായത് അനാദിമധ്യാന്തം, ഒരു വക്രരേഖമേൽ. എല്ലാ ബിന്ദുവും സമമാണ്. അതിന്റെ സിംബലായിട്ടാണ് പൂജ്യം അഥവാ ബ്രഹ്മസംഖ്യ (തുരീയസംഖ്യ) ഉപയോഗിച്ചതെന്ന് മനസിലാക്കാൻ സാധിക്കുന്നുണ്ടോ?

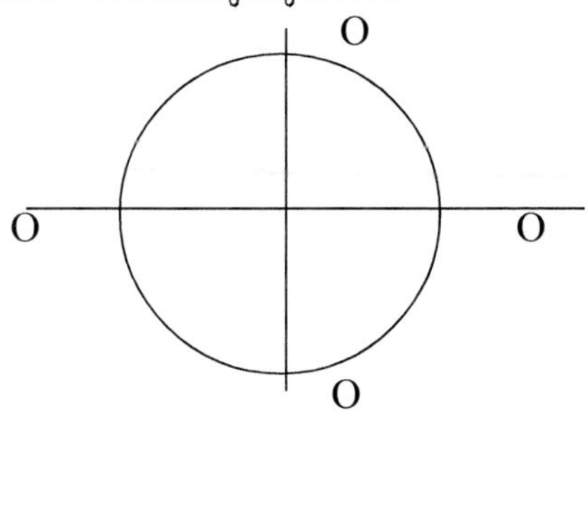

ദിക്കും കാലവും ഗതിയും ഫലവും യാതൊരുവിധ ഭേദഭാവനയും ശൂന്യമായത് (ഇല്ലാത്തത്) എന്നതുകൊണ്ടാണ് സത്യത്തെ അഥവാ ബ്രഹ്മമെന്ന പൂജ്യത്തെ ശൂന്യമെന്നു വിളിച്ചത്. അല്ലാതെ അങ്ങനെ യൊന്ന് ഇല്ല (നാസ്തി) എന്ന അർഥത്തിലല്ല എന്ന് ഗ്രഹിക്കാനാവുന്നു ണ്ടോ.

നമ്മൾ നാസ്തി (–) എന്നു പറഞ്ഞാലും (+) അസ്തി എന്നു പറ ഞ്ഞാലും സത്യം അസ്തി (+) യായിത്തന്നെ നിലനിൽക്കുമെന്ന് ഈ ഗ്രാഫ് വെച്ച് പറയാമോ?

ഉദാ: 1

$y = x^2 + 1$ എന്നത് തുടക്കമായെടുത്ത് നമുക്ക് മൂല്യങ്ങളുടെ ഒരു പട്ടിക ഉണ്ടാക്കുക.

സ്ഥിരസംഖ്യ	1	1	1	1
x	–1	0	1	2
2x	–2	0	2	4
y	2	1	2	5

x, y ഒരു ഗ്രാഫിൽ പ്ലോട്ട് ചെയ്യാം.

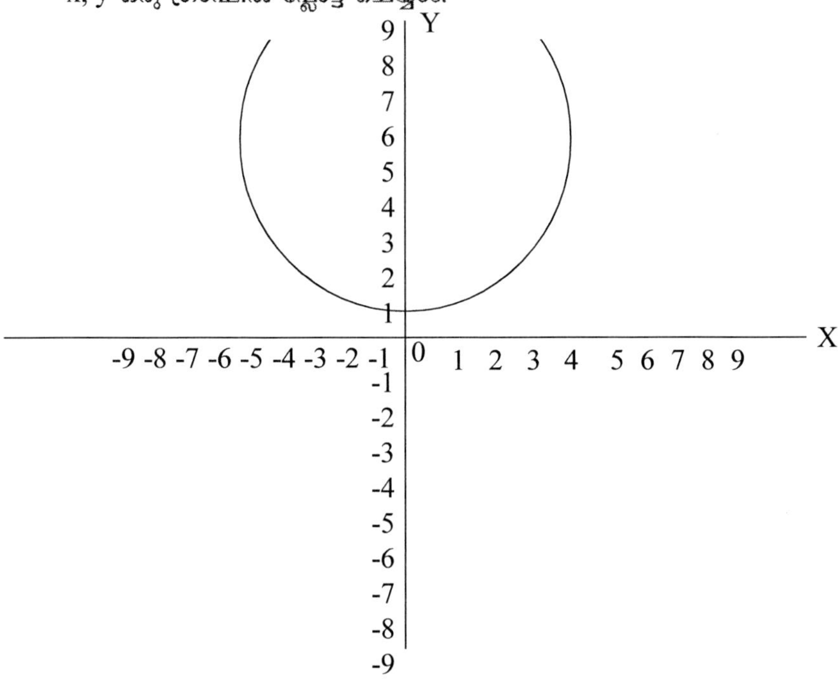

ഈ ഗ്രാഫും ഇതിനു മുമ്പത്തെ ഗ്രാഫും തമ്മിലുള്ള വ്യത്യാസം എന്താണ്? നിങ്ങളുടെ ഡയറിയിൽ എഴുതിവയ്ക്കുക.

$y = x^2 - 1$ എന്നായിരുന്നെങ്കിൽ ഗ്രാഫ് എങ്ങനെയിരിക്കും?

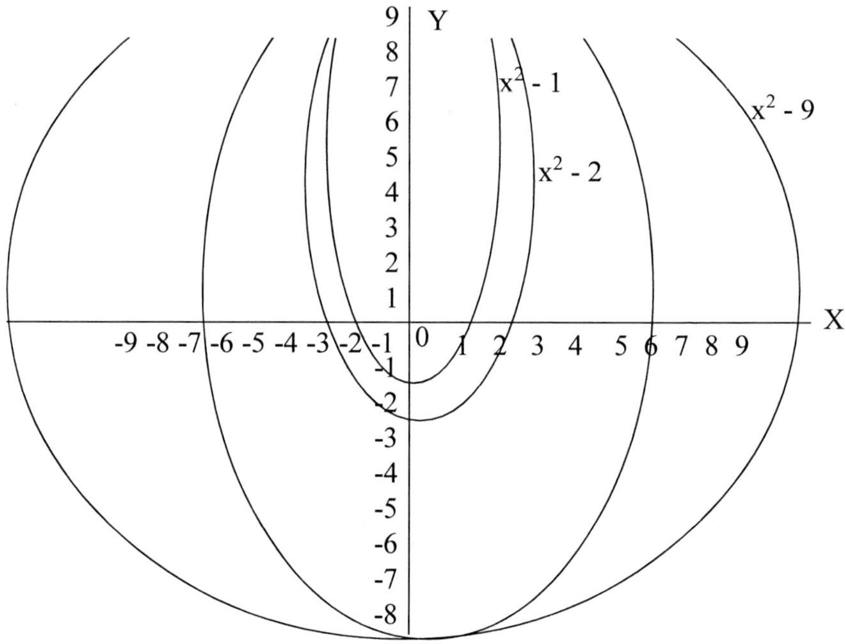

$y = x^2 + b$ എന്ന വക്രരേഖകളെല്ലാം ഒരേ ഗ്രാഫിൽ ഒരേ axis ൽ ഇപ്രകാരം വരച്ചു നോക്കുക.

സ്ഥിരസംഖ്യ, വക്രരേഖയുടെ വളവ് (വക്രം) അഥവാ അറ്റത്തെ y axis ൽ മുകളിലേക്കോ താഴേക്കോ സഞ്ചരിപ്പിക്കുന്നു അഥവാ ഗതി ചെയ്യിപ്പിക്കുന്ന എന്നു കാണാം.

ഉദാ: 2.
x^2, $2x^2$ എന്നിവയുടെ ഗ്രാഫ് വരയ്ക്കുക.

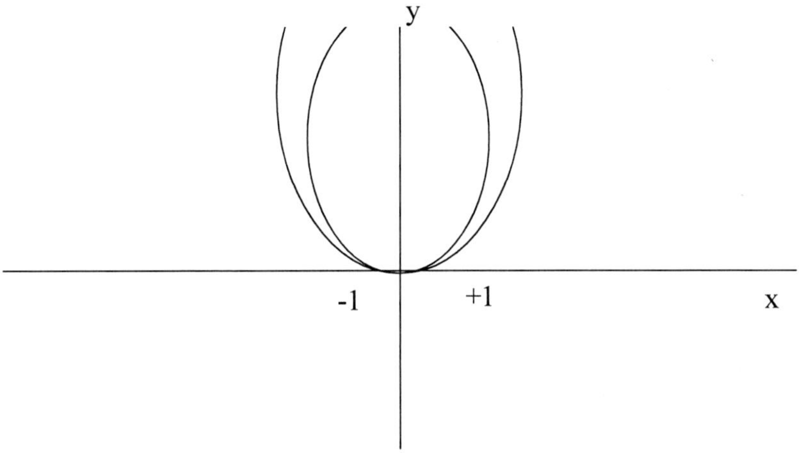

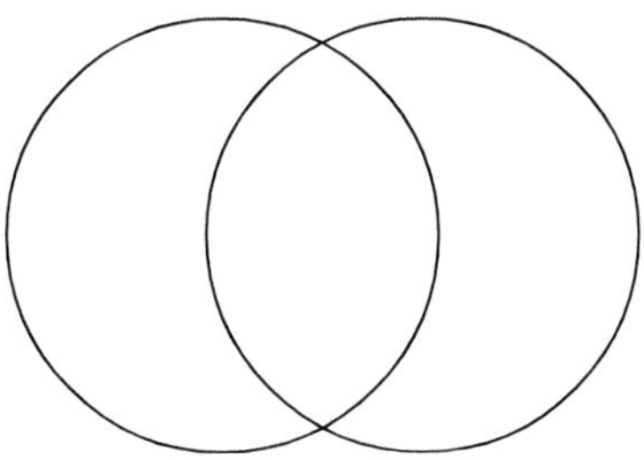

എന്നൊരു ചിഹ്നം സിന്ധു സംസ്കൃതി ലിപിയിൽ കാണാം.

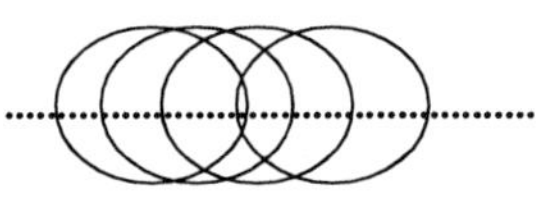

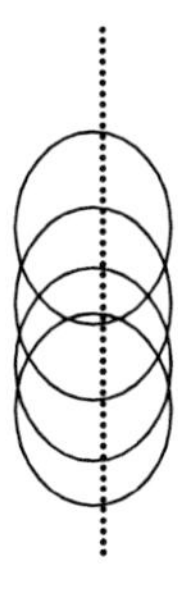

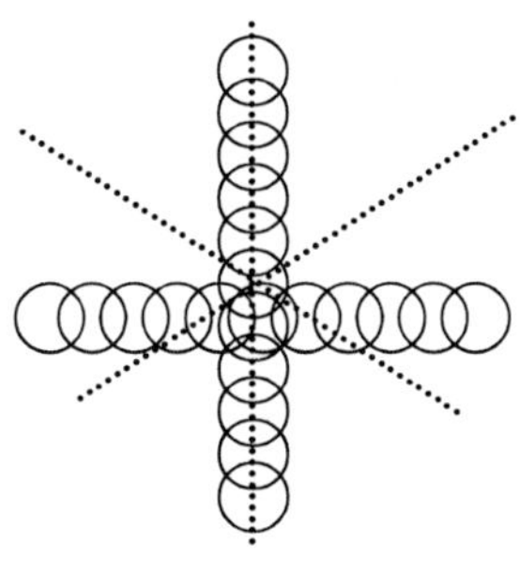

ആ ചിഹ്നം എന്താണ് എന്ന് പറയാമോ?

താഴത്തെ ലോകങ്ങളിലേക്ക് ഇറങ്ങുകയും (അവരോഹണം) മുകളിലെ ലോകങ്ങളിലേക്ക് ഉയരുകയും ചെയ്യുന്ന മനുഷ്യാത്മാവ്, സ്വരസഞ്ചാരം (സംഗീതം), ഗണിതശാസ്ത്രം, ആസ്ട്രോണമി എന്നിവയെക്കുറിച്ച് ഒരു ഫിലോസഫിയും പ്രായോഗിക ജീവിതവും കലാസാംസ്കാരികാദികളും നമുക്ക് ഉണ്ടായിട്ട് എത്ര കാലമായി എന്നാണ് നിങ്ങൾ വിചാരിക്കുന്നത്? (ഡയറിയിൽ വിചാരങ്ങളെല്ലാം കുറിച്ചിടുക).

8

ക്യൂബിക് വക്രരേഖകൾ

x^3 ആണ് ഒരു ക്യൂബിക് വക്രരേഖയിൽ x ന്റെ ഏറ്റവും വലിയ ശക്തി.

$y = x^2$ എന്ന ഗ്രാഫ് വരയ്ക്കുക.

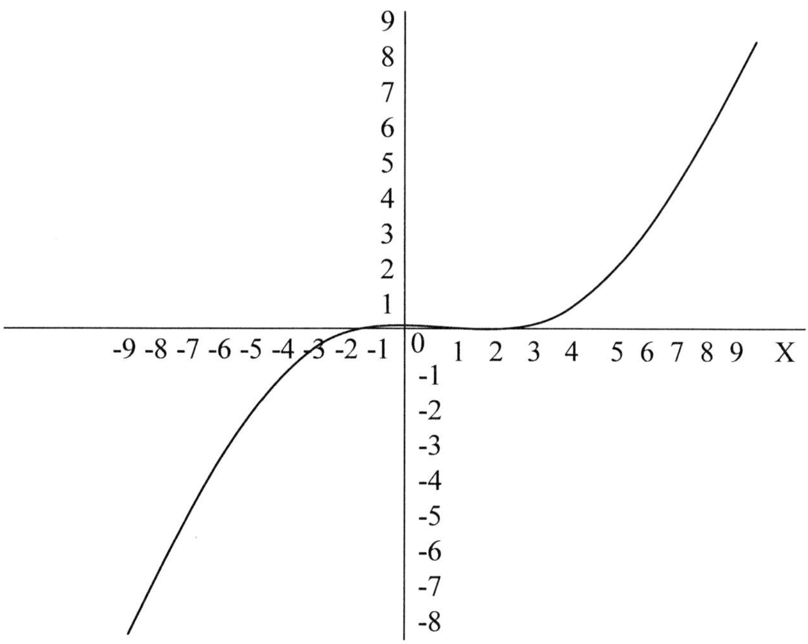

x വലുതാകുമ്പോൾ എത്ര വലിയൊരു മാറ്റമാണുണ്ടാവുന്നത്?

$x^3 + 3, \quad x^3 + x, \quad 4x^3 + 3x$

മുതലായ വിഭിന്ന മൂല്യങ്ങൾക്കു ഗ്രാഫ് കണ്ടുനോക്കുക.

$4x^3 + 3x$ ഇവിടെ കാണുക

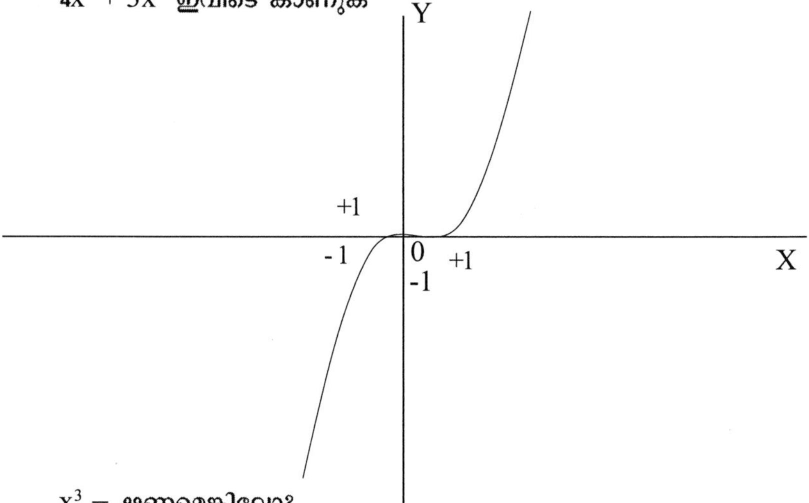

x^3 – ഋണമെങ്കിലോ?

ഉദാ: $y = 8x - 4x^3$

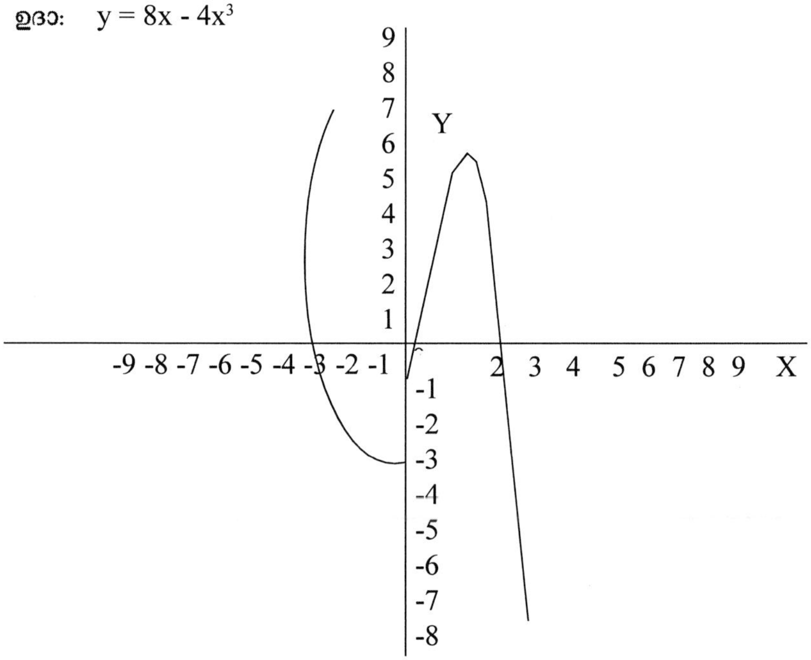

രണ്ടുപ്രാവശ്യം വളഞ്ഞ ഒരു വക്രരേഖയാണത്. ഇതെങ്ങനെ എന്ന് കണ്ടുപിടിക്കാൻ ശ്രമം നടത്തുക. ഡയറിയിൽ എഴുതിയിടുക.

അധ്യാപകരുടെ സഹായം അഭ്യർഥിക്കാം; പ്രയാസം നേരിടുമ്പോൾ.

ഗ്രഹങ്ങൾ 'വക്രസഞ്ചാര'ത്തിലാണെന്ന് ജ്യോതിഷികൾ പറയുന്നത് കേട്ടിട്ടുണ്ടാവും. അതും ഈ വക്രസഞ്ചാരവും കൂടി എന്തെങ്കിലും ബന്ധമുണ്ടോ എന്ന് റിസർച്ച് ചെയ്തു നോക്കുക.

ഒരു ഫ്രാക്ഷനിൽ x ഹരി അഥവാ ഹാരകമായി വന്നാൽ എങ്ങനെ ഇരിക്കും?

$y = 11/x$

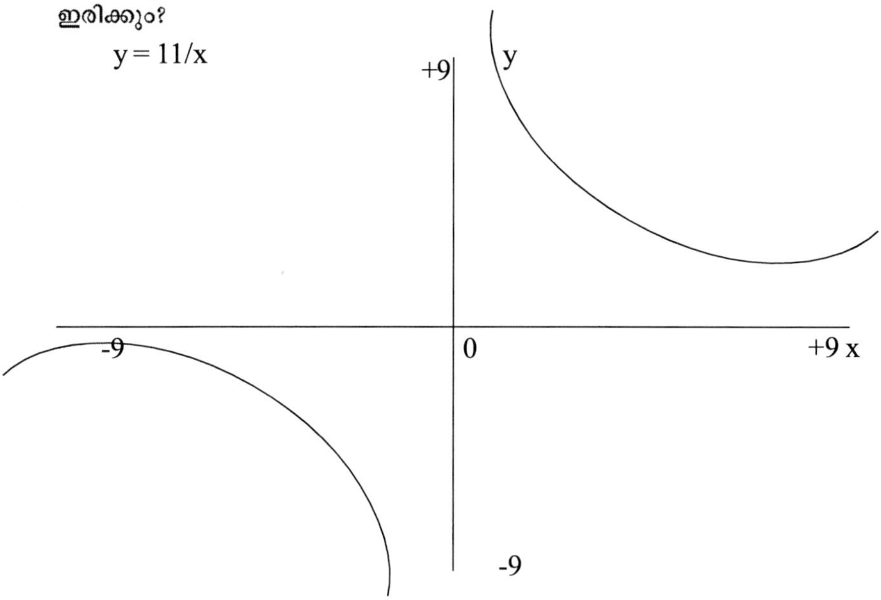

ഈ വക്രരേഖയിൽ $x = 0$ എന്നിടത്ത് ഒരു ദ്വാരം (വിള്ളൽ – gap) ഉണ്ട്. വക്രരേഖകൾ x, y രേഖകളോടടുത്തുവരും. പക്ഷെ അതിനെ തൊടുകയില്ല (അസ്പർശയോഗം).

ഈ വക്രരേഖയുടെ പേര് Reciprocal curve

നമ്മൾ ഇപ്പോൾ 'അനന്തത'യുടെ അടുത്താണ്.

$y = 10/x$ എന്ന ഉദാഹരണത്തിൽ ഒരു പട്ടികയിൽ മൂല്യം രേഖപ്പെടുത്തിയാൽ $\propto$ എന്ന അനന്തതാ സംഖ്യ വരും.

x	-2	-1	0	1	2
10/x	10/-2	10/-1	10/0	10/1	10/2
y	-5	-10	α	10	5

ഇത് ഒരു Reciprocal curve ആയി പ്ലോട്ടു ചെയ്യുക.

ഇവിടെ 0 എന്നാൽ അനന്തതയുമായി ബന്ധം കാണുക.

$x = 0$

$y = \propto$

$y = 10/x$

$\propto = 10/0$

അനന്തത = ദശം/പൂജ്യം

ദശാവതാരത്തെ പൂജ്യമായ ബ്രഹ്മത്താൽ ഹരിച്ചാൽ ആ 'ഹരി' തന്നെ അനന്തം.

ഇതിനെക്കുറിച്ച് *സിദ്ധാന്തശിരോമണി* എന്ന ഗ്രന്ഥത്തിൽ ഭാസ്കരാചാര്യൻ എന്താണ് പറഞ്ഞിരിക്കുന്നതെന്ന് നോക്കാം.

'അസ്മിൻ വികാരഖഹരേ' എന്ന *സിദ്ധാന്തശിരോമണി* ശ്ലോകാർഥം: ഖഹരം അഥവാ പൂജ്യത്തിലേക്ക് എത്ര രാശി ചേർന്നാലും എത്ര രാശി കുറഞ്ഞാലും അത് സദാ പൂർണമായി, വികാരരഹിതമായി ഒട്ടും കുറവോ കൂടുതലോ വരാതെ, യഥാപൂർവം ഇരിക്കും. എത്ര നദികൾ തന്നിൽ ചേർന്നാലും എത്ര ജലം മേഘം വലിച്ചെടുത്താലും സദാ പൂർണമായിക്കിടക്കുന്ന സമുദ്രം പോലെ; എത്ര ജീവജാലങ്ങളും പ്രപഞ്ചങ്ങളും തന്നിൽ ലയിച്ചാലും, എത്ര തന്നിൽ നിന്നു വീണ്ടും സൃഷ്ടിക്കപ്പെട്ടാലും അനന്തവും അച്യുതവുമായിരിക്കുന്ന മഹാവിഷ്ണുവിന്റെ അവസ്ഥ പോലെ!

$E = mc^2$ എന്ന് ഐൻസ്റ്റീൻ

ശക്തി = പിണ്ഡം X (ഗതി)^2

[അനന്തവും അച്യുതവുമായ ചിത്ശക്തി (energy) സാന്തവും ച്യുതവുമായ പിണ്ഡം.

അതിന്റെ സഞ്ചാരം അഥവാ (ഗതി)^2]

ഗണിതവും തത്വചിന്തയും ജീവിതരീതിയുമെല്ലാം അവിടെ ഒന്നാകുന്നു.

9

ക്വാഡ്രാറ്റിക് സമവാക്യം, പ്രശ്നപരിഹാരം

ക്വാഡ്രാറ്റിക് സമവാക്യങ്ങളെ പഠിക്കുക, രണ്ടു വിധത്തിലും പരിഹരിക്കുക, അതിനുള്ള കഴിവ് വളർത്തിയെടുക്കുക – ഓരോ ഗണിതജ്ഞനും ഇതിന്റെ പ്രാധാന്യം അറിഞ്ഞിരിക്കും. സമവാക്യപരിഹാരത്തിന് നമ്മൾ അതിനെ ആദ്യം പരിഛേദിക്കുന്നു. (Factorising), ഫോർമുല വെച്ചോ complete the square മാർഗം കൊണ്ട് പരിഛേദിച്ചോ നമ്മൾ മുന്നോട്ടു പോകുകയാണ്.

നാം എഴുതിവെക്കുന്ന ഡയറി ഈ മുന്നേറ്റത്തിന്റെ – യാത്രയുടെ – പൂർണവിവരണമാണ്. നമ്മുടെ ചിന്തയുടെ, ബോധത്തിന്റെ പുരോഗതിയുടെ നാഴികക്കല്ലുകളാണ്. ഒരു സമൂഹത്തിന്റെ ബോധചരിത്രം പോലെ പ്രധാനമാണ് ഓരോ വ്യക്തിയുടെയും ബോധചരിത്രം.

പൈതാമഹൻ, വസിഷ്ഠൻ, വ്യാസൻ, വരാഹമിഹിരൻ, പരാശരൻ, ആര്യഭടൻ, എന്നിവർ തങ്ങളുടെ ബോധചരിത്രം എഴുതിവച്ചില്ലായിരുന്നെങ്കിൽ ഇന്ത്യൻ സമൂഹത്തിന്റെ ഗണിത ബോധ ചരിത്രം നമുക്ക് നഷ്ടപ്പെടുമായിരുന്നു. അതിനാൽ ഓരോ വ്യക്തിയുടെ ബോധ ചരിത്രവും സമൂഹത്തിന്റെ നിധിയാണ്. എന്റേതും നിങ്ങളുടേതും അടക്കം.

ഉദാ; 1

$x^2 + 3x - 18$

−18 ന്റെ +3 വരെ കൂട്ടാവുന്ന എല്ലാ പരിഛേദങ്ങളും (factors) കണ്ടുപിടിക്കുക.

+ 1, −18

− 1, +18

+9, −2

−9, +2

+6, −3

−6, +3

+3 നോട് ചേർക്കാവുന്നത് ഇതിൽ ഏതു മിഥുനമാണ്?

ഒന്നുകിൽ +6, −3

അല്ലെങ്കിൽ −6, +3

+6, −3 എടുത്താലും −6, +3 എടുത്താലും വിരോധമില്ല.

$x^2 + 3x - 18 = (x + 6)(x - 3)$

or $= (x - 6)(x + 3)$

Fractorise ചെയ്യുന്നതിനെക്കുറിച്ച് മുമ്പത്തെ അധ്യായങ്ങളിൽ പറഞ്ഞതെല്ലാം ഒന്നു കൂടി വായിച്ച് ഉറപ്പുവരുത്തുക.

ക്വാഡ്രാറ്റിക്ക് സമവാക്യങ്ങൾക്ക് രണ്ടു പ്രശ്നപരിഹാരമുണ്ട്. അതിന്നായി മൂന്നു മാർഗവും. ഈ മൂന്നുമാർഗവും ഇവിടെ ഉദാഹരിക്കാം.

മാർഗങ്ങൾ

1. Solution by factors,
2. " by quadratie formula
3. " using completing the square

1. പരിഛേദം കൊണ്ടുള്ള പ്രശ്ന പരിഹാരം

രണ്ടു സംഖ്യകൾ ഗുണിച്ചാൽ ഉത്തരം പൂജ്യമെങ്കിൽ, സംഖ്യകളിൽ ഒന്നോ, അല്ലെങ്കിൽ രണ്ടുമോ പൂജ്യമായിരിക്കണം.

$$\left.\begin{array}{l} 3 \times 0 \\ 5 \times 0 \\ 0 \times 72 \\ 3.2 \times 0 \end{array}\right\} \text{ എല്ലാം } 0$$

ഇതാണ് പ്രശ്നപരിഹാരത്തിനു സഹായിക്കുന്ന ഒരറിവ്. അതായത് പൂജ്യം കണ്ടുപിടിച്ച ഇന്ത്യക്കാർ advanced mathematicians ആയിരുന്നു. ബി സി 4000–4500 ൽ ഈ ചിഹ്നം സിന്ധുലിപിയിലുണ്ട്. അപ്പോൾ ബി സി 4500 ൽ ഇന്ത്യക്കാർക്ക് advanced mathematics അറിയാം. എങ്കിൽ എത്ര കാലമായിട്ടുണ്ടാവണം ഇവിടെ ഈ അറിവ്?

ഉദാ: 1.

$x^2 + 8x + 12$ ന്റെ പരിഛേദങ്ങൾ

$(x + 6)(x + 2)$

$\therefore x^2 + 8x + 12 = 0$ എന്നതിനെ

$(x + 6)(x + 2) = 0$ എന്നെഴുതാം.

ബ്രാക്കറ്റുകൾ ഒരു ഗുണിതമാണെന്നും അവ ഗുണിക്കുമ്പോഴാണ് പൂജ്യം കിട്ടുന്നതെന്നും ഓർക്കണം.

$\therefore$ അവയിലൊന്നോ, രണ്ടുമോ പൂജ്യമാവണം

$x + 6 = 0$ or $x + 2 = 0$

$x + 6 = 0$ എങ്കിൽ

$x = -6$

$x + 2 = 0$ എങ്കിൽ

$x = -2$

$x^2 + 8x + 12 = 0$ എന്ന ക്വാഡ്രാറ്റിക് സമവാക്യത്തിന്റെ രണ്ടു പ്രശ്ന പരിഹാരങ്ങളാണ് ഇതു രണ്ടും.

ഉദാ: 2.

$x^2 + 8x + 15 = 0$

പരിച്ഛേദങ്ങൾ

$(x + 3)(x + 5) = 0$

$x + 3 = 0$ എങ്കിൽ $x + 5 = -3$

$x + 5 = 0$ എങ്കിൽ $x + 3 = -5$

എന്ന് രണ്ട് പ്രശ്നപരിഹാരം.

2. ക്വാഡ്രാറ്റിക് സമവാക്യം വെച്ച് പ്രശ്നപരിഹാരം

$$x = \frac{-b \pm \sqrt{b^2 - 4ac}}{2a}$$

ഉദാ:

$2x^2 + 3x - 5 = 0$

ഇതിൽ $a = 2, b = 3, c = -5$

ഇവയെ സമവാക്യത്തിലേക്ക് എഴുതുക

$$x = \frac{-3 \pm \sqrt{3^2 - (4 \times 2 \times -5)}}{4}$$

$$= \frac{-3 \pm \sqrt{9 + 40}}{4}$$

$$= \frac{-3 \pm 7}{4}$$

$x = 1$ അല്ലെങ്കിൽ -2.5

ചതുഷ്കത്തെ പൂർത്തി ചെയ്ത് പ്രശ്നപരിഹാരം

ഉദാ:1

$x^2 + 8x = 0$. ഇതിനെ x ന്റെ ക്രിയ (function) എന്നു വിളിക്കുന്നു $f(x) = x^2 + 8x$ എന്ന് അതിനെ മാറ്റി എഴുതുന്നു.

ഈ സമവാക്യത്തെ $(x + p)^2 + q$ എന്ന രൂപത്തിലെഴുതിയാൽ ഒരു ചതുരം പൂർത്തിയാക്കി. ഇതൊരു സാമാന്യനിയമമാണ്. P = ½ 6എന്ന് (മുൻപറഞ്ഞ ക്വാഡ്രാറ്റിൽ സമവാക്യത്തിലും) 8 എന്ന് ഈ പ്രശ്നത്തിലും എടുക്കുന്നു. അതുപോലെ $q = p^2$ എന്നും.

$x^2 + 8x = 0$ എന്നതിൽ

$P = 8 \div 2 = 4$

$q = -p^2 = -(4^2) = -16$

അതിനാൽ

$$x^2 + 8x = (x + 4)^2 - 16$$

$$\begin{aligned}(x + 4)^2 &= (x + 4)(x + 4) \\ &= x^2 + 4x + 4x + 16 \\ &= x^2 + 8x + 16\end{aligned}$$

ഇനി + 16 നെ നീക്കണം.

$q = -p^2$ ആകയാൽ

$$\begin{aligned}&= x^2 + 8x + 16 - 16 \\ &= x^2 + 8x\end{aligned}$$

ഉദാ: 2

$x^2 - 12x - 15$

$P = 6 ; q -36$

$\therefore (x-6)^2 - 36 - 15$

അഥവാ

$(x - 6)^2 - 51$

12 രാശി, 15 പക്ഷം, 6 ഋതു, 360^0 51 അക്ഷരം (അയനാംശം) ഉള്ള ഒരു സിസ്റ്റത്തിന്റെ പ്രശ്നപരിഹാരമാണിത് എന്ന് സങ്കൽപ്പിച്ചു നോക്കുക.

10

ഒരു ഇടവേളയുടെ പരിച്ഛേദവും വർഗമൂലവും

$\sqrt{2}$ വിന്റെ അന്വേഷണമാണിത്.

$x^2 - 2 = 0$

$x^2 - 2x - 1 = 0$

$4x^2 - 14x + 49 = 0$

എന്നീ സമവാക്യങ്ങളുടെ പരിഹാരത്തിൽ ശ്രദ്ധ കേന്ദ്രീകരിക്കാം.

$x^2 - 2 = 0$

$x^2 = 2$

അതായത്, ഈ ക്വാഡ്രാറ്റിക് സമവാക്യപരിഹാരം 2 ന്റെ ഋണവും ധനവുമായ 2 വർഗമൂലവുമാണ്.

1.41^2, $\quad 1.41^2 - 2$

1.42^2 $\quad 1.42^2 - 2$

ഇവ കണ്ടെത്തുക.

$$\begin{array}{r} 1.41 \times \\ 1.41 \\ \hline 141 \\ 564 \\ 141 \\ \hline 1.9901 \end{array} \qquad \begin{array}{r} 1.42 \times \\ 1.42 \\ \hline 284 \\ 568 \\ 284 \\ \hline 3.4364 \end{array}$$

എന്തിനാണ് 1.41, 1.42 എന്നീ സംഖ്യകൾ തെരഞ്ഞെടുത്തത്? എങ്ങനെ തെരഞ്ഞെടുത്തു?

$1^2 - 2$

$2^2 - 2$ എന്നിവ കണക്കാക്കുക

$\sqrt{2}$ 1, 2 എന്നിവയ്ക്കിടയിൽ (ഇടവേളയിൽ) കിടക്കുന്നു. കാരണം

$$1^2 = 1$$

$$2^2 = 4$$

ഗണിതത്തിൽ നമ്മൾ ആശയങ്ങൾക്കാണ് ഒരു നാമം (അക്ഷരം) കൊടുക്കുന്നത്. (നാമമില്ലാത്ത ആശയത്തിന് സഹസ്രനാമം, അനന്ത നാമം ചൊല്ലി വിളിക്കുന്ന രീതി)

2 സംഖ്യകൾക്കിടയിലെ ഇടവേളയിൽ അനന്തം സംഖ്യകൾ ഉണ്ട്. 1, 2 ഇവയ്ക്കിടയിലാണ് $\sqrt{2}$ എന്ന് നമുക്കുറപ്പാണ്. 1, 2 ഇവയ്ക്കിടയിൽ എന്നത് ലിപി രൂപത്തിൽ എഴുതുമ്പോൾ,

[1, 2] എന്നെഴുതാം.

1, 2 അവയ്ക്കിടയിലുള്ള അനന്തം സംഖ്യകൾ മുഴുവൻ എന്ന ആശയമാണ് [1, 2] എന്നത് സൂചിപ്പിക്കുന്നത്.

$\sqrt{2}$ ഈ ഇടവേളയിൽ കിടക്കുന്നു. അഥവാ ഇടവേളാ സംഖ്യകളുടെ സമൂഹത്തിൽ ഒരംഗമാണ് എന്ന ആശയത്തെ സൂചിപ്പിക്കാൻ E എന്ന സിംബൽ ഉപയോഗിക്കുന്നു.

$\sqrt{2}$ E [1, 2] എന്നെഴുതിയാൽ ആശയം പൂർണമായി സംവദിക്കപ്പെട്ടു.

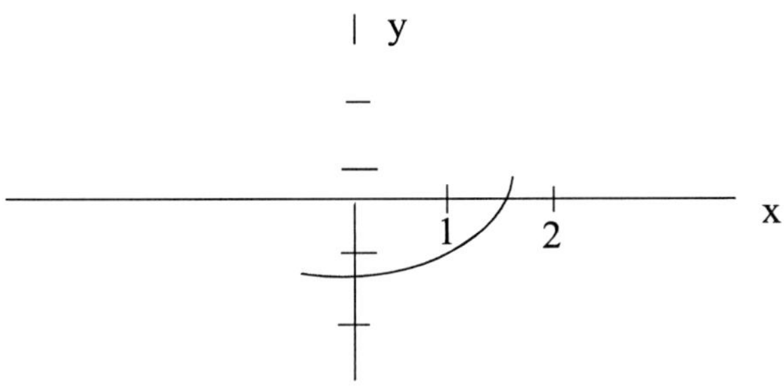

ചിത്രരൂപത്തിൽ ഇതിങ്ങനെയും സംവദിക്കാം.

വക്രരേഖ x രേഖയെ 1, 2 ഇവയ്ക്കിടയിൽ ഛേദിക്കുന്ന വിധം.

$\sqrt{2}$ 1 നും 1.5 നും ഇടയിലോ അതോ 1.5 നും 2 നും ഇടയിലോ?

(1, 1.5) or (1.5, 2) ?

ഇതെങ്ങനെ കാണും?

$1^2 = 1$

1.5^2, എന്നത് 2 നേക്കാൾ വലുതാണോ? എന്നാൽ ഇവയ്ക്കിടയിലാവാം $\sqrt{2}$ സ്ഥാനം.

1.5^2, 2 നേക്കാൾ ചെറുതാണോ? എന്നാൽ $\sqrt{2}$ = 1.5 നും 2 നും ഇടയിലാണ്.

$1.5^2 = 2.25$

$\therefore \sqrt{2}$ E [1, 1.5]

$$\begin{array}{r} 1.5 \times \\ 1.5 \\ \hline 7.5 \\ 1.5 \\ \hline 2.25 \end{array}$$

$\therefore \sqrt{2}$ E [1, 1.5]

ഇടവേളയെ രണ്ടായി പരിഛേദിക്കുക എന്ന ക്രിയ വെച്ച് $\sqrt{2}$ ന്റെ സ്ഥാനം കണ്ടുപിടിക്കുന്ന തന്ത്രം വെച്ച് യഥാർഥ സ്ഥാനത്തേക്ക് നമുക്ക് പതുക്കെപ്പതുക്കെ എത്താം.

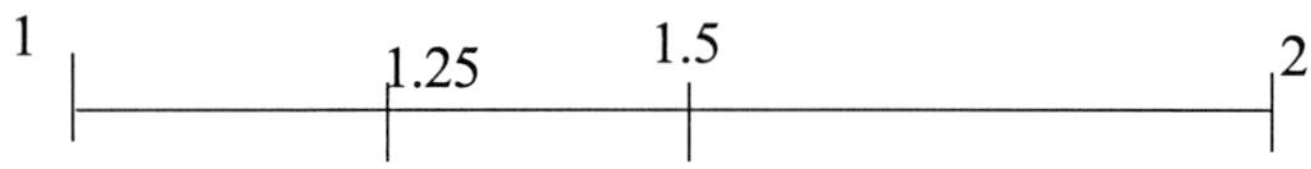

$\sqrt{2}$ [1, 1.25] ലോ [1.25, 1.5] ലോ?

1^2 = 1 ആകയാൽ ഉത്തരം 1 അല്ല.

1.25 ആകുമോ?

$1.25^2 = 1.5625$

അതിനാൽ 1.25 അല്ല. അതു വളരെ ചെറുതാണ്.

$\sqrt{2}$ E [1.25, 1.5]

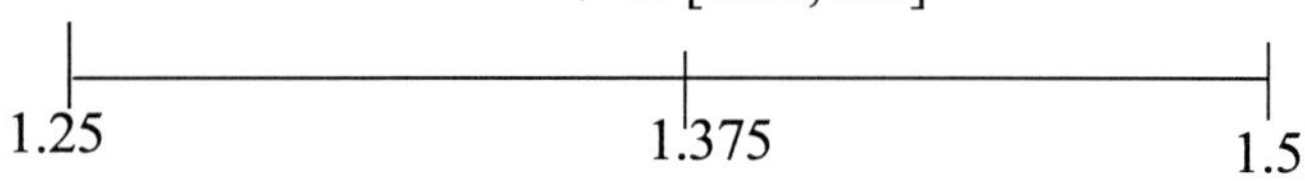

പിന്നെ 1.25, 1.375 ഇവയ്ക്കിടയിലോ

1.375, 1.5 ഇവയ്ക്കിടയിലോ എന്നു കാണണം.

1.375 ന്റെ സ്ക്വയർ 2നേക്കാൾ ചെറുതെങ്കിൽ

$\sqrt{2}$, 1.375, 1.5 നിടയിൽ. 2നേക്കാൾ വലുതെങ്കിൽ 1.25, 1.375 ന് ഇടയിൽ.

$1.375^2 = 1.890625$

$\therefore \sqrt{2}$ 1.375 നും 1.5 നും ഇടയിലാണ്.

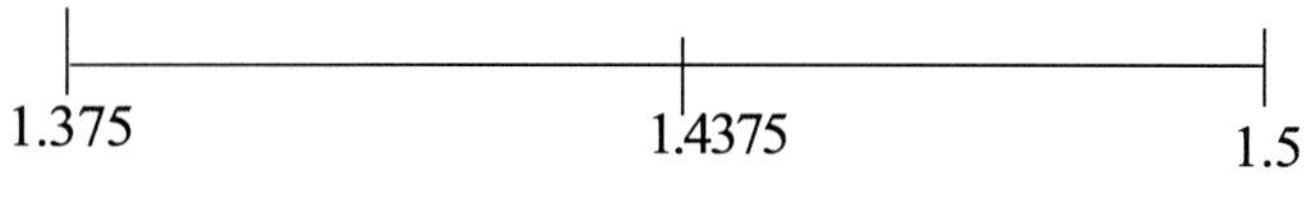

1.375, 1.4375 ന് ഇടയിലോ?

1.4375, 1.5 ന് ഇടയിലോ?

$1.4375^2 = 2.06640625$

2 നേക്കാൾ കൂടുതൽ (2 ന് വളരെ അടുത്ത്)

$\therefore$ 1.375 നും 1.4375 നും ഇടയിലാണ് $\sqrt{2}$.

1.4375 നു വളരെ അടുത്താണ് $\sqrt{2}$ ന്റെ വില എന്ന് നമുക്ക് അനുമാനിക്കാനാവുന്നു.

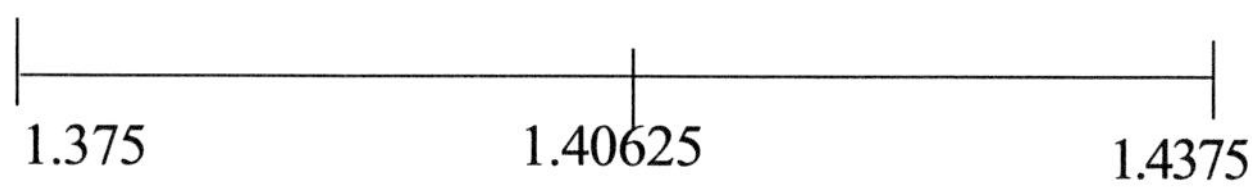

$1.40625^2 = 1.977539063$

(നമ്മൾ ഇതുവരെ ചെയ്ത ക്രിയ ഒന്നു പരിശോധിച്ചാൽ

1. മധ്യബിന്ദു എടുക്കുന്നു.
2. അതിന്റെ Square എടുക്കുന്നു.
3. അതുവെച്ച് രേഖയുടെ ഏത് അർധത്തിലാണ് കാണേണ്ട സംഖ്യ കിടക്കുന്നതെന്ന് അനുമാനിക്കുന്നു.

ഇങ്ങനെ തുടർച്ചയായി ചെയ്ത പാറ്റേൺ നോക്കുക.

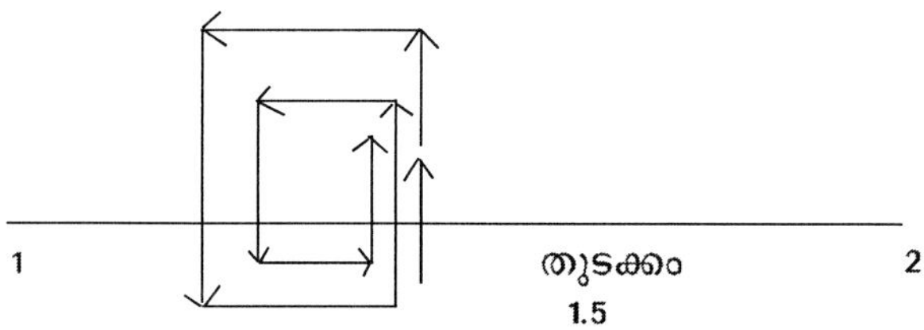

ഒരേ ക്രിയ ആവർത്തിച്ചാവർത്തിച്ചു ചെയ്ത് എത്തേണ്ട ലക്ഷ്യത്തിലേക്ക് കൂടുതൽ കൂടുതൽ അടുക്കുക എന്ന ഗണിതശൈലി (ജീവിതശൈലി), അതിനായി തന്ന നിയമങ്ങൾ (Instruction) നിഷ്ഠയായി പാലിക്കുന്നതിൽ ശ്രദ്ധ, വീണ്ടും വീണ്ടും ശ്രദ്ധാപൂർവം അനുഷ്ഠിക്കുന്നതിനാവശ്യമായ ക്ഷമയും, ആത്മബലവും, ലക്ഷ്യത്തിലെത്തിയേ തീരൂ എന്ന ദൃഢനിശ്ചയം, ഓരോ ആപേക്ഷിക സത്യത്തേയും 'നേതി, നേതി' എന്ന് (ഇതല്ല, ഇതല്ല) നിശ്ചയിച്ച് യഥാർഥ സത്യത്തിലേക്കുള്ള പ്രയാണം ഇതൊക്കെ ശ്രദ്ധിക്കുക. ഇതുതന്നെയാണ് ഇന്ത്യയിലെ യോഗികളുടെ ജീവിതചര്യയും.

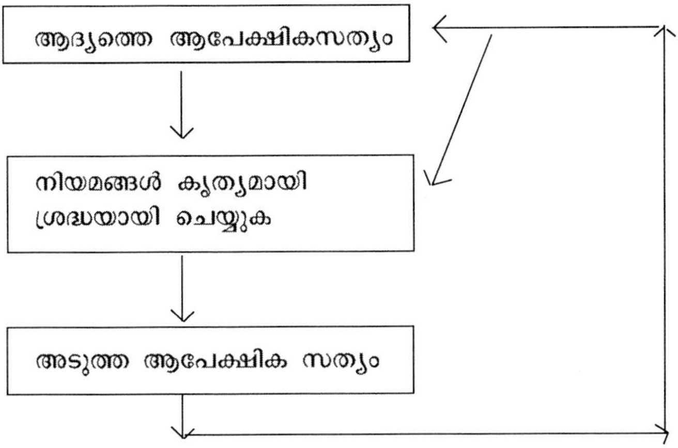

ഈ ക്രമമായ പുരോഗതി ശ്രദ്ധേയമാണ്.)

നമ്മുടെ അടുത്ത പടി

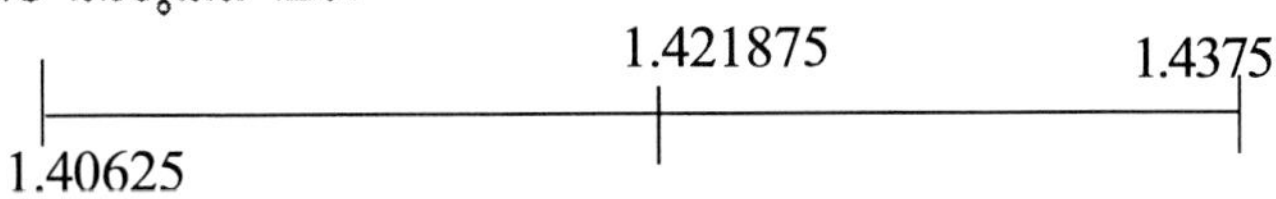

$(1.421875)^2 = 2.021728516$

$\sqrt{2}$ ന്റെ പ്രശ്ന പരിഹാരത്തിൽ നാം കുറച്ചുകൂടി അടുത്തെത്തി. $\sqrt{2}$ എന്ന സംഖ്യയെ ഇന്ത്യക്കാർ 'അകരണി' എന്നു വിളിച്ചു. ക്രിയ കൊണ്ട് അടുത്തെത്താം. പക്ഷേ കൃത്യമായി അറിയാനാവില്ല എന്നാണ് അകരണിക്കർഥം. ബുദ്ധി (Rational ചിന്ത)യ്ക്ക് അപ്രാപ്യമാകയാലാണിത്. ഗ്രീക്കുകാർ അതിനാൽ Irrational number എന്നു വിളിച്ചു.

ഇലക്ട്രോണിക് കാൽക്കുലേറ്ററിൽ $\sqrt{2}$ = 1.414213562 ആണ്.

അതുകൊണ്ടാണ് 1.41, 1.42 എന്നീസംഖ്യകൾ തെരഞ്ഞെടുത്ത് അവയുടെ സ്ക്വയർ കാണാൻ പറഞ്ഞത്.

1.9, 3.4 എന്നിവയുടെ മധ്യബിന്ദു മുതൽ ആണ്
അപ്പോൾ നമ്മൾ ആരംഭിക്കുക എന്നു കരുതുക.

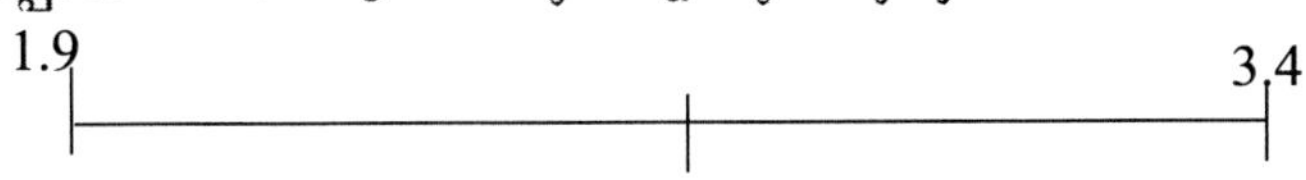

അങ്ങനെ ഈ ക്രിയ ചെയ്തു നോക്കുക. അത് സ്വയം ഗണിതാനുഭവം തരും.

അല്ലെങ്കിൽ,

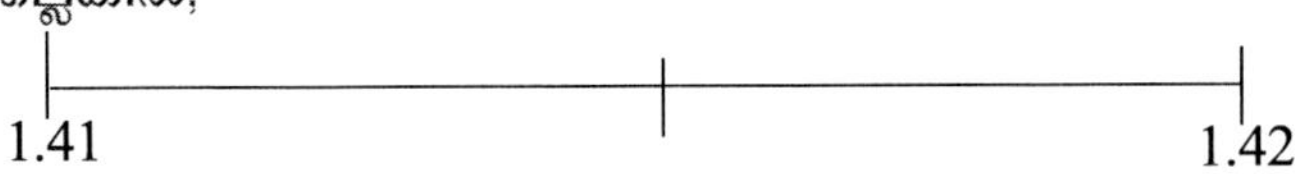

എന്ന് കാൽക്കുലേറ്റർ സംഖ്യ മുതൽ തുടങ്ങാം. അപ്പോൾ സ്വയം കണ്ടെത്തുന്ന ഗണിതക്രിയയുടെ സുഖം കുറയും.

ഒരു രേഖയെ രണ്ട് തുല്യഭാഗമായി പരിച്ഛേദിച്ച് വീണ്ടും വീണ്ടും ക്രിയ ചെയ്യുന്നതാണ് ഈ പ്രക്രിയ.

രാഹു എന്ന തമോദ്വാരത്തെ അല്ലെങ്കിൽ അതു തിരിച്ചിട്ട ഹോരാ എന്ന അഹോരാത്രരൂപമായ കാലത്തെ 2 തുല്യഭാഗമായി പരിച്ഛേദിക്കുന്ന 'ഹരി'യുടെ സുദർശന ചക്രത്തിന്റെ 'ഹരിതക്രിയ' അനന്തമായി തുടരുന്നു.... അകരണിയായി തുടരുന്നു.

അനുബന്ധം

കണക്കിലെ കളികൾ

I

$$1 \times 8 + 1 = 9$$
$$12 \times 8 + 2 = 98$$
$$123 \times 8 + 3 = 987$$
$$1234 \times 8 + 4 = 9876$$
$$12345 \times 8 + 5 = 98765$$
$$123456 \times 8 + 6 = 987654$$
$$1234567 \times 8 + 7 = 9876543$$
$$12345678 \times 8 + 8 = 98765432$$
$$123456789 \times 8 + 9 = 987654321$$

II

$$1 \times 9 + 2 = 11$$
$$12 \times 9 + 3 = 111$$
$$123 \times 9 + 4 = 1111$$

$$1234 \times 9 + 5 = 11111$$
$$12345 \times 9 + 6 = 111111$$
$$123456 \times 9 + 7 = 1111111$$
$$1234567 \times 9 + 8 = 11111111$$
$$12345678 \times 9 + 9 = 111111111$$

III

$$9 \times 9 + 7 = 88$$
$$98 \times 9 + 6 = 888$$
$$987 \times 9 + 5 = 8888$$
$$9876 \times 9 + 4 = 88888$$
$$98765 \times 9 + 3 = 888888$$
$$987654 \times 9 + 2 = 8888888$$
$$9876543 \times 9 + 1 = 88888888$$
$$98765432 \times 9 + 0 = 888888888$$

IV

$$1 \times 1 = 1$$
$$11 \times 11 = 121$$
$$111 \times 111 = 12321$$
$$1111 \times 1111 = 1234321$$
$$11111 \times 11111 = 123454321$$
$$111111 \times 111111 = 12345654321$$
$$1111111 \times 1111111 = 1234567654321$$
$$11111111 \times 11111111 = 123456787654321$$
$$111111111 \times 111111111 = 12345678987654321$$